# பக்தி மற்றும் சக்தி

ராமானந்த சைதன்ய சந்திர தாஸ்

Copyright © Ramananda Caitanya Candra Das
All Rights Reserved.

ISBN 978-1-68563-050-8

This book has been published with all efforts taken to make the material error-free after the consent of the author. However, the author and the publisher do not assume and hereby disclaim any liability to any party for any loss, damage, or disruption caused by errors or omissions, whether such errors or omissions result from negligence, accident, or any other cause.

While every effort has been made to avoid any mistake or omission, this publication is being sold on the condition and understanding that neither the author nor the publishers or printers would be liable in any manner to any person by reason of any mistake or omission in this publication or for any action taken or omitted to be taken or advice rendered or accepted on the basis of this work. For any defect in printing or binding the publishers will be liable only to replace the defective copy by another copy of this work then available.

தெய்வத்திரு அ.ச.பக்திவேதாந்த சுவாமி பிரபுபாதா

# பொருளடக்கம்

| | |
|---|---|
| முன்னுரை | vii |
| நன்றி | ix |
| 1. பக்தி மற்றும் சக்தி | 1 |
| 2. அகில உலக கிருஷ்ண பக்தி இயக்கம் | 3 |
| 3. இஸ்கானின் ஆன்மீக பயிற்சி மற்றும் தத்துவம் | 4 |
| 4. இஸ்கான் இயக்க ஆச்சாரியர் | 5 |
| 5. நாம சங்கீர்த்தனம் | 8 |
| 6. பகவான் ஸ்ரீகிருஷ்ணர் அவதார திருநாள் | 9 |
| 7. ஸ்ரீசைதன்ய மஹாபிரபு அவதார திருநாள் | 12 |
| 8. ஸ்ரீராமச்சந்திரரின் அவதார திருநாள் | 14 |
| 9. ஸ்ரீமதி ராதாராணி அவதார திருநாள் | 16 |
| 10. பலராமர் அவதார திருநாள் | 18 |
| 11. தாமோதர தீபத்திருவிழா | 19 |
| 12. கீதை பிறந்த காரணம் | 20 |
| 13. ஏகாதசி விரதம் | 22 |
| 14. விசேஷ தீபத் திருவிழா | 24 |

• v •

# முன்னுரை

பிரணாம மந்திரம்

நம ஓம் விஷ்ணுபாதாய கிருஷ்ண பிரேஸ்தாய பூதலே
ஶ்ரீமதே ஜெயபதாகா சுவாமின் இதி நாமினே
நம ஆசார்ய பாதாய நிதாய்கிருபா ப்ரதாயினே
கவுர கதா தாமதாய நகர கிராம தாரிணே
நம ஓம் விஷ்ணுபாதாய கிருஷ்ண பிரேஸ்தாய பூதலே
ஶ்ரீமதே பக்திவேதாந்த சுவாமின் இதி நாமினே
நமஸ்தே சாரஸ்வதி தேவே கவுர வாணி பிரசாரினே
நிர்விசேசா சூன்யவாதி பாஸ்சாத்ய தேச தாரிணே
ஜெய ஶ்ரீ கிருஷ்ண சைதன்ய பிரபு நித்யானந்த
ஶ்ரீ அத்வைத கதாதர ஶ்ரீ வாசாதி கவுர பக்த விருந்த
ஹரே கிருஷ்ண ஹரே கிருஷ்ண
கிருஷ்ண கிருஷ்ண ஹரே ஹரே
ஹரே ராம ஹரே ராம
ராம ராம ஹரே ஹரே

# நன்றி

அகில உலக கிருஷ்ண பக்தி இயக்கம், மதுரை

# 1

# பக்தி மற்றும் சக்தி

ஹரே கிருஷ்ண ஹரே கிருஷ்ண

கிருஷ்ண கிருஷ்ண ஹரே ஹரே

ஹரே ராம ஹரே ராம

ராம ராம ஹரே ஹரே

1.26.

இன்றைக்கு நான் பேச எடுத்துள்ள தலைப்பு பக்தி மற்றும் சக்தி எதையுமே எதிர்பார்க்காமல் பகவான் கிருஷ்ணருக்கு அன்பு தொண்டு செய்வதுதான் பக்தி, எதையோ எதிர்பார்த்துச் செய்தால் அது பக்தியாகாது அது ஒரு கர்ம காண்ட செயல்பாடு வேதங்களில் கர்மகாண்ட பகுதியில் சில குறிப்பிட்ட யாகங்கள் உள்ளன அந்த யாகத்தைச் செய்தால் அது உங்களுக்கு சில பலன்களைக் கொடுக்கும். அசுவமேத யாகம், கோமேத யாகம் அல்லது வேறு ஏதாவது யாகம் செய்வதால் அவர்கள் விரும்பும் பலனைப் பெறலாம் பகவான் ராமரின் தந்தை தசரத மஹாராஜர் புத்ரேஷ்டி யாகம் செய்தார் அதனால் அவர்களுக்கு நான்கு ஆண் குழந்தைகள் பிறந்தனர், ஒவ்வொரு யாகத்திற்கும் ஒரு பலன் உள்ளது, அது ஒரு குறிப்பிட்ட நோக்கத்திற்காக செய்யக்கூடிய ஒரு யாகம். ஆனால் எந்தவிதமான எதிர்பார்ப்பும் இல்லாமல் அன்புத்தொண்டாக செய்வதுதான் பக்தி, ஆதலால் பக்தியே உயர்ந்தது. பௌதீக உலகில் அனைவரும் சக்தியை அடைய விரும்புகின்றனர், பிராமணர் அறிவு பெறவேண்டி கல்வி பயில்கிறார், தவம் செய்கிறார், தானம் கொடுக்கிறார், ஒரு க்ஷத்திரியன் ஆட்சி செய்ய வேண்டும் என்று நினைக்கிறார் அதற்காக ஆள்பலம், சேனைகள் பலம், காலாட்படைகள், யானை, குதிரைப்படைகள், இருக்கவேண்டும் என்று ஒரு அரசியல்வாதி அல்லது அரசன் நினைக்கின்றார், ஒரு வைசியன் ஆடு, மாடு, கோழி, விலங்குகள், விவசாய நிலம், உணவு தானியங்கள், செல்வம், நவரத்தினம், இருக்கவேண்டும் என்று நினைக்கின்றார், ஒரு சூத்திரன், தொழிலாளி உடல் வலிமையிருக்க வேண்டும் என்று நினைக்கின்றனர், அனைவரும் சக்தியை எதிர்பார்க்கிறார்கள்.

4.15 பகவான் கிருஷ்ணரிடமிருந்து பெற்ற சக்தியைப் பகவான் கிருஷ்ணர் தொண்டில் பயன்படுத்தினால் அது மிகப் பயனுள்ளதாக இருக்கும் ஆனால் அதைத் தனது புலன் திருப்திக்காகப் பயன்படுத்தினால் அவர்கள் பௌதீக உலகத்தில், பிறப்பு, இறப்பு, என்ற சக்கிரத்தில் மீண்டும், மீண்டும் சுழன்றுகொண்டே இருப்பார்கள் பகவான் கொடுத்த சக்தி அவரின் தொண்டில் பயன்படுத்தினால் மேலும், மேலும் முன்னேற்றமடைவார்கள் பிறப்பு, இறப்பு என்ற சக்கிரத்திலிருந்து அவர்கள் விடுபடுவார்கள். ஒருவர் எந்த குணத்தில் இருக்கிறாரோ அந்த குணத்திற்கேற்றார்போல் அவர் செயல்படுகிறார்கள் ரஜோ, தமோ குணத்திலிருந்தால் வைசியர்களைப் போல் செயல்படுகிறார்கள், மக்கள் தமோகுணத்திலிருந்தால் சூத்திரர்களை, போல் செயல்படுகிறார்கள், படைக்கப்படுகிறார்கள். சுத்தசிவம், வாசுதேவசத்வம், வைகுண்ட லோகத்தில் ஆன்மீக உலகில் இருக்கக்கூடிய குணங்கள் சக்திமாணன பகவானுக்கு அனைத்தும் பகவானின் தொண்டில் ஈடுபடுத்தவேண்டும் சுயமாகச் செயல்பட்டுப் பிறப்பு இறப்பு என்ற சக்கிரத்திலிருந்து வெளிவர முயற்சிக்க வேண்டும்.

7.40 பகவான் கிருஷ்ணரிடம் அந்தரங்க சக்தி, பகிரங்க சக்தி, தடஸ்த சக்தி என்ற மூன்று விதமான சக்தியுள்ளது அந்தரங்க சக்தி, அவர்களுடைய நித்திய சகாக்கள், சகிகள் ராதா ராணி, கோபிகைகள், நிரந்தரமாக இருக்கக்கூடியவர்கள் அந்தரங்க சக்தி, அஹ்லாதினி சக்தி, ஜீவாத்மாக்கள் நடுநிலையான அல்லது தடஸ்த சக்தியை சார்ந்தவர்கள், பகிரங்க சக்தி அல்லது பௌதீக சக்திகள், நீர், நெருப்பு, காற்று, ஆகாயம். விஞ்ஞானிகள் கொஞ்சச் சக்தியை வைத்திருக்கிறார்கள் அதைக்கொண்டு சாடலைட் உருவாக்கியிருக்கிறார்கள் தானே கடவுள் என்றும், கடவுளே இல்லை என்றும் கூறுகின்றனர், நாமனைவரும் குணத்தால் பகவானுடன் ஒன்று, ஆனால் அவர் அளவற்றவர்.

9.20 பகவானைவிட உயர்ந்தவர்களோ, சமமானவர்களோ, கிடையாது அணு ஆத்மாவை பரமாத்மாவுக்கு ஒப்பிடுவது மிகப்பெரிய ஒரு முட்டாள்தனம், பல்வேறு போலிச்சாமியார்கள் தங்களையே கடவுள் என்று கூறிவருகிறார்கள் அவர்கள் முன்னேற மாட்டார்கள் இழிவான நிலையையே அவர்கள் அடைவார்கள் இந்த போலிச்சாமியார்கள் முட்டாள்தனமாகச் செயல்படுகிறார்கள் யாரையோ கடவுளாக வழிபடுகின்றனர் தெருவில் போகின்றவர்களையெல்லாம் கடவுளாக வழிபடுகின்றனர், சீரடி சாய்பாபா, புட்டப்பருத்தி சாய்பாபா, பங்காரு அடிகளார், நித்தியானந்த, ராமகிருஷ்ண, இவையே இந்தியாவின் துர்ப்பாக்கியத்திற்குக் காரணம் இதனால் பக்தி தேவி இந்தியாவை விட்டு வெளிநாடு சென்றுவிட்டது

12.20 பக்தி தேவி இந்தியாவை விட்டு வெளிநாடு போனபிறகு மீண்டும் இந்தியாவுக்கே வந்துள்ளது அந்தளவுக்கு மேற்கத்திய நாட்டினர் பக்தர்களாக மாறியிருக்கிறார்கள், சாய்பாபா போன்ற போலிக்கடவுள்கள் இந்தியாவின் துர்பாக்கியத்திற்குக் காரணம், பகவானைவிட உயர்ந்தவர்களோ, அவருக்குச் சமமானவர்களோ, யாரும் கிடையாது, சூரியன், சந்திரன், பூமி, ஆபோ, அனலோ, வாயு, கம், மனோ, புத்தி, நிலம், நீர், நெருப்பு, காற்று, ஆகாயம், இந்த பூதங்கள் அனைத்தையும் பகவான் கிருஷ்ணரே உருவாக்கி வைத்துள்ளார்.

15.07 நாம் அனைவரும் கார்பெண்டர், மேஜை, கட்டிலோ, தயார்செய்கிறோம், இயந்திரத்தை உருவாக்குகிறோம் நாம் ஒரு தொழிலாளிதான் தன்னையே கடவுள் என்றும், கடவுளே இல்லை என்றும் கூறுவது மிகப்பெரிய தவறு கடவுள் இல்லை என்று கூறுபவர்களுக்கு நற்கதி ஏற்படாது, தன்னையே கடவுள் என்பவர்களுக்கும் நற்கதி ஏற்படாது. ஏனென்றால் அது மிகப்பெரிய பொய் மற்றும் மிகப்பெரிய பாவகரமான செயல். அதனால் அவர்கள் செல்லக்கூடிய இடம் யமதர்மராஜன் இருக்கக்கூடிய தெற்கு திசை, பாதாள லோகம், மக்களை தவறாக வழிநடத்துபவர்கள் போகக்கூடிய திசை இதுவே அறிவுப்பற்றாக்குறையாக உள்ளவர்கள் தங்களைப் பகவானுக்குச் சமமாகக் கூறிக்கொள்கிறார்கள்.

17.00 அறிவில்லாதவர்களே தன்னையே பகவான் கிருஷ்ணருக்குச் சமமாக கருதுகிறார்கள் அவர்களால் ஒருபோதும் பகவானுக்குச் சமமாக முடியாது, முழுமையான பூரணத்துத்தை ஒரு ஜீவாத்மா அடையும் போது பகவான் கிருஷ்ணரின் சக்திகளில் 78%வறை அடையமுடியும். இது பக்தி தொண்டினை புரிந்தால் மட்டுமே சாத்தியமாகும், பக்தியே மிக உயர்ந்தது, பக்தர்களிடம் பகவான் தன்னையே அர்ப்பணித்து விடுகிறார், அந்தளவிற்குப் பக்தி மிக உயர்ந்தது, அனைத்து சக்தியும் பகவான் கிருஷ்ணருடையதுதான், பகவான் கிருஷ்ணர் நம்மிடம் எதிர்பார்ப்பது பக்திமட்டும்.

18.00

அதனாலேயே அவர் ''பத்ரம் புஷ்பம் பலம் தோயம் யோமே பக்தியா ப்ர்யச்சதி'' என்று பகவத்கீதையில் கூறியுள்ளார், பக்தர்கள் அன்புடன் அளிக்கும் பூவோ, இலையோ, காயோ, பழமோ பகவான் கிருஷ்ணர் ஏற்றுக்கொள்கிறார். அந்தவகையில் பகவான் கிருஷ்ணர், அன்பையே எதிர்பார்க்கின்றனர், ஒரு கட்டுண்ட ஜீவாத்மா ஒரு சாதாரண ஜீவாத்மா பக்தியில் முழுமையான பூரணத்துவம் அடைந்தால் பகவானின் குணங்களில் பெரும் பகுதியை அதாவது அதிகபட்சம் 78% வறை அடையக்கூடும் இது பக்தியில் முழுமை பெற்றால் மட்டுமே சாத்தியமாகும் ஆனால் அவரை மிஞ்சுவதோ அவருக்குச் சமமானதாக ஆவதெண்பது ஒருபோதும் சாத்தியமில்லை ஜீவாத்மா பகவான் கிருஷ்ணரை மிஞ்ச முடியாது அல்லது அவருக்குச் சமமாகவும் முடியாது எந்த ஜீவாத்மாவாலும் முடியாது, நோய்வாய் பட்ட நிலையில்தான் மாயா சக்தியினால் வழி தவறிச் செல்கிறது ஒரு கண்டுண்ட ஜீவாத்மா,

19.00 மனநிலை சரியில்லாதவர்களே ஏதாவது உளறிக்கொண்டே இருப்பார்கள், ''பிசாசி பாய்லே மதிச்சென்ன ஹோய்'' பிசாசு பிடித்தவர்கள் எதையாவது அபத்தமாகப் பேசிக்கொண்டே இருப்பார்கள், அவர்களின் மனம், புத்தி சரியாகச் செயல்படாது. முட்டாள்தனமாக எதையாவது பேசிக்கொண்டே இருப்பார்கள். அதைப்போன்று சிலப்போலிச்சாமியார்கள் பேசிக்கொண்டு வருகிறார்கள்.அதனால் தன்னையே கடவுள் என்று கூறிக்கொள்பவர்களும் மனநிலை பாதிக்கப்பட்டவர்களே, முட்டாள்தனமாகப் பேசிக்கொண்டே இருப்பவர்களே, மாயா சக்தியால் அவர்கள் தவறாக வழி நடத்தப்படுகிறார்கள், மாயா சக்தி அந்த ஆத்மாவைத் தவறாக வழிநடத்திச் செல்கிறது. அதையே அந்த ஆத்மாவும் பின்பற்றுகின்றது.

20.00 ஆகவே வழிதவறிச்செல்லும் ஜீவராசிகள் பகவான் கிருஷ்ணரின் உயர்வை ஏற்று அவருக்கு அன்புத்தொண்டு செய்ய வேண்டும், அத்தர்க்காகத்தான் அவர்கள் படைக்கப்பட்டிருக்கிறார்கள், இது இல்லாமல் உலகில் அமைதியோ சமாதானமோ ஏற்படாது, இவ்வாறு பகவானின் உயர்வை நாம் ஏற்க வில்லையெனில் உலகில் அமைதியோ சமாதானமோ ஏற்படாது. இதே கருத்தை விரிவு படுத்த வேண்டும் என்று நாரதமுனி வியாசருக்கு அறிவுரை கூறினார். அனைவரும் தலைவர்களாகி விட்டால் தொண்டர்கள், தொண்டு செய்பவர்கள் யார், பக்தி, பகவான், பக்தர்கள் இதெல்லாம் நிரந்தரமாக இருக்கக்கூடியது. மாயையும் நிரந்தரமானது இரண்டு விதமான மாயை உள்ளது, முதலாவதாக யோகமாயை இரண்டாவதாக மகாமாயை, யோகமாயையில் செயல் பட்டால் அது பக்தி

21.00 மகாமாயையில் செயல் பட்டால் அது மாயை அல்லது தண்டனை பகவான் கிருஷ்ணரின் உயர்வை ஏற்று அவருக்கு அன்பு தொண்டு செய்யவில்லை என்றால் உலகில் அமைதியோ சமாதானமோ ஏற்பட வாய்ப்பில்லை, இவ்விசயங்கள், ஶ்ரீமத் பாகவதம், பகவத்கீதை போன்ற சாஸ்திர நூல்களில் கொடுக்கப்பட்டுள்ளது, பகவான் கிருஷ்ணரின் தாமரை பாதங்களில் சரணாகதி அடையவேண்டும் இதுதான் மனிதனின் ஒரேக்கடமை.

சர்வதர்மான் பரித்தியஜ்ய மாம் ஏகம் சரணம் விரஜா

அஹம் த்வாம் சர்வ பபேப்யோ மோக்ஷயிஷ்யாமி மாசுசஹ

பகவத்கீதை 18.66

கிரந்தராஜ் ஶ்ரீமத் பாகவதம் கீ ஜெய்

ஶ்ரீல பிரபுபாத் கீ ஜெய்

அனந்தகோடி வைஷ்ணவ விருந்த கீ ஜெய்

# 2

# அகில உலக கிருஷ்ண பக்தி இயக்கம்

இஸ்கான்' என்றால் International Society for Krishna Consciousness என்பதன் சுருக்கம் (ISKCON) ஆகும். தமிழில் 'அகில உலக கிருஷ்ண பக்தி இயக்கம்' என்பதாகும். தவிர, இஸ்கான் ஹரே கிருஷ்ணா கோயில் என்றும் அன்புடன் அழைக்கப்படுகிறது. கல்கத்தாவில் தோன்றிய ஆன்மீக ஆச்சாரியரியரான தெய்வத்திரு. அ.ச.பக்தி வேதாந்த ஸ்வாமி 'ஸ்ரீலபிரபுபாதா' அவர்கள் முதன் முதலில் 1966ல் நியூயார்க் நகரத்தில், 'இஸ்கான்' நிறுவப்பட்டது. பிறகு வெகு குறுகிய காலத்திலேயே ஸ்ரீல பிரபுபாதாவின் தீவிர ஆன்மீகப் பிரச்சாரத்தினால் உலகின் பல பாகங்களிலும் இஸ்கான் நிறுவப்பட்டது.தற்சமயம், உலகம் முழுவதும் 600க்கும் மேற்பட்ட கோயில்கள் மற்றும் யோகா மையங்களுடனும், லட்சக்கணக்கான கிருஷ்ணபக்தர்களுடனும் 50 ஆண்டு காலமாக மக்களுக்கு நற்தொண்டாற்றி வருகிறது 'இஸ்கான்'.குறிப்பாக இஸ்கான், அனைத்து மக்களின் நலனுக்காக சேவையாற்றும் உயர்ந்ததொரு ஆன்மீக அமைப்பாகும்.

மக்கள் மனதில் தெய்வ சிந்தனையை நிலைநிறுத்தி, நற்பண்புகளை வளரச் செய்து அமைதிக்கும் ஒற்றுமைக்கும் நல்வழிகாட்டுகிறது 'இஸ்கான்'. மந்திர தியான பயிற்சிகள், பிரசாத அன்னதானம், பகவத்கீதை விழிப்புணர்வு நிகழ்ச்சிகள், மாணவர் நல வகுப்புகள், மக்கள் நல நிகழ்ச்சிகள், சிறைச்சாலைகளில் நன்னடத்தை வகுப்புகள், மதநல்லிணக்க வகுப்புகள், கிராம நலன் நிகழ்ச்சிகள், அவசரகால நிவாரணப் பணிகள் உள்ளிட்ட பல்வேறு சேவைகளை ஜாதி, மத, இன, பேதமின்றி செய்து வருகிறது 'இஸ்கான்'.தவிர, இஸ்கான் கோயில்களில் மாணவர்கள் மற்றும் குடும்பத்தினர்களுக்கான சிறப்பு நிகழ்ச்சிகளையும் நடத்துகிறது. இந்த நிகழ்ச்சிகள் மூலம் ஏராளமான மக்கள் பயனடைந்து வருகின்றனர் என்பதும் குறிப்பிடத்தக்கது.

# 3

# இஸ்கானின் ஆன்மீக பயிற்சி மற்றும் தத்துவம்

இஸ்கானின் ஆன்மீக பயிற்சி மற்றும் தத்துவம்

ஹரே கிருஷ்ண ஹரே கிருஷ்ண கிருஷ்ணகிருஷ்ண ஹரே ஹரே

ஹரே ராம ஹரே ராமராம ராம ஹரே ஹரே''

என்ற 16 வார்த்தைகளடங்கிய மஹாமந்திரத்தை தினசரி குறிப்பிட்ட எண்ணிக்கையில் உச்சரிப்பது 'மஹாமந்திர தியானம்' ஆகும். இந்த ஜபதியானமே இஸ்கானின் ஆன்மீக பயிற்சியில் தலையாயது ஆகும். சுமார் 500 வருடங்களுக்கு முன் அவதரித்த, பகவான் ஸ்ரீகிருஷ்ண-ரின் கலியுக அவதாரமான ஸ்ரீகிருஷ்ண சைதன்ய மஹாபிரபு ஏற்படுத்திய 'ஹரிநாம சங்கீர்த்தனமே' இஸ்கான் பின்பற்றும் தத்துவங்களின் ஆணிவேராகும். மேலும் வேத ஞானத்தின் மணிமகுடமாக திகழும் பகவத்கீதை மற்றும் ஸர்வ வேதங்களின் சாரமாக விளங்கும் ஸ்ரீமத் பாக-வதம் இவை இரண்டும் இஸ்கான் தத்துவங்களின் அடிப்படையாகும். இஸ்கானின் தத்துவங்கள், பிரம்ம, மத்வ, கௌடிய சம்பிராதயத்தின் கீழ் வருவதாகும். குறிப்பாக இஸ்கான் தத்துவங்களின் ஒட்டுமொத்த நோக்கம், பகவான் கிருஷ்ணரிடம் அன்பு செலுத்துவதே ஆகும்.

இஸ்கான் குறிக்கோள்

ஸ்ரீல பிரபுபாதா, 1966 ஜூலையில் இஸ்கானை ஆரம்பித்தார். அச்சமயம் ஸ்ரீலபிரபுபாதா, இஸ்கான் நிறுவன ஆவணத்தில் இஸ்கானின் ஏழு குறிக்கோள்களை குறிப்பிட்டிருந்தார்.

1. உலகில் உண்மையான அமைதி மற்றும் ஒற்றுமை ஏற்படவும், வாழ்க்கையின் உயர்ந்த மதிப்பை உணராமல் செயல்படுவதை தவிர்க்கவும், ஆன்மீக ஞானத்தை முறைப்படி பரப்பி, ஆன்மீக வாழ்க்கையின் நுணுக்கங்களை பற்றி அனைத்து மக்களுக்கும் கற்றுக் கொடுப்பது.

2. இந்தியாவின் மிகப்பெரும் சாஸ்திரங்களான பகவத் கீதை மற்றும் ஸ்ரீமத் பாகவதத்தில் குறிப்பிட்டவாறு, கிருஷ்ண உணர்வை பரப்புவது.

3. இஸ்கான் இயக்கத்தின் உறுப்பினர்களை ஒருங்கிணைத்து, பகவான் ஸ்ரீகிருஷ்ணருக்கு அருகே அழைத்து வருவது. இதன் மூலமாக உறுப்பினர்கள் மற்றும் மனித சமுதாயத்தினரிடையே ஒவ்வொருவரும் ஆத்மா மற்றும் பகவான் கிருஷ்ணரின் அம்சம் என்ற எண்ணத்தை மேலோங்கச் செய்வது.

4. பகவான் ஸ்ரீசைதன்ய மஹாபிரபுவின் உபதேசங்களின் படி, சங்கீர்த்தன இயக்கத்தை, அதாவது பகவானின் புனித நாமத்தை ஒன்று கூடி உச்சரிப்பது, எடுத்துரைப்பது மற்றும் உற்சாகப்படுத்துவது.

5. உறுப்பினர்கள் மற்றும் மனித சமூகத்திற்காக பகவானுக்கு அர்ப்பணிக்கப்பட்ட மற்றும் பகவானின் லீலைகள் அடங்கிய புனித ஸ்த-லத்தை நிர்மாணிப்பது

6. எளிமையான மற்றும் இயற்கையான வாழ்க்கை முறையை எப்படி வாழ்வது என எடுத்துரைக்க உறுப்பினர்களை நெருக்கமாக ஒருங்-கிணைப்பது

7. மேற்குறிப்பிட்ட நோக்கங்களை எல்லாம் நிறைவேற்றுவதற்காக, பத்திரிக்கைகள், இதழ்கள், புத்தகங்கள் மற்றும் எழுத்துக்கள் ஆகிய-வற்றை பிரசுரித்து விநியோகிப்பது.

# 4

# இஸ்கான் இயக்க ஆச்சாரியர்

ஸ்ரீல பிரபுபாதா' என்று எல்லோராலும் அன்போடு அழைக்கப்படும் தெய்வத்திரு. அ.ச.பக்தி வேதாந்த ஸ்வாமி பிரபுபாதா அவர்கள் இஸ்கான் இயக்கத்தை நிறுவியவர் ஆவார்.

1896-ல் நம் பாரத தேசத்தின் கல்கத்தாவில் பிறந்தவர். இவரது தாய்தந்தையர் இவருக்கு இட்ட பெயர் 'அபய் சரண்தே'. அதாவது கிருஷ்ணரை சரணடைந்தவர் என்று பொருள். பெயருக்கேற்றார் போல் சிறுவயது முதலே, இவரது தந்தை கௌர்மோகன் கிருஷ்ண பக்தியு-டன் இவரை வளர்த்தார்.

பிறகு 1922ல் தனது ஆன்மீக குருவான ஸ்ரீலபக்தி சித்தாந்த சரஸ்வதி தாகூர் அவர்களை சந்தித்த போது, அவர் இட்ட கட்டளை, உலகெங்கும் கிருஷ்ண பக்தியை பிரச்சாரம் செய்ய வேண்டும்'' என்பதே ஆகும்.

இதனை தன் வாழ்வின் உயிரும் மூச்சுமாக கொண்டார். தனது கல்லூரி படிப்பின் போதும், குடும்பஸ்தராகவும், தொழிலதிபராக இருந்த போதும் கூட எப்படியாவது தனது குருவின் கட்டளையை நிறைவேற்ற வேண்டும் என்று முயன்று கொண்டே இருந்தார். பல்வேறு கோணங்-களில் பிரச்சாரமும் செய்து வந்தார்.

1959ல் முழுமையாக துறவறம் பூண்டு பக்தி வேதாந்த ஸ்வாமி'' என்று சந்நியாச பெயரை ஏற்று விருந்தாவனம் சென்றார். அங்கிருந்-தவாறு முதலில் இந்தியாவில் தான் இஸ்கான் இயக்கத்தை வேரூன்ற விரும்பினார் பிரபுபாதா. ஆனால் அதற்கான பல்வேறு முயற்சிகள் எடுத்தும் அது நிறைவேறாமல் போனது.

பிறகு 'மேலை நாடுகளுக்கு சென்று ஆங்கிலம் பேசும் மக்களிடம் கிருஷ்ணரை பற்றி எடுத்துக் கூறு'' என்ற தனது ஆன்மீக குருவின் முக்கியக் கட்டளையை செயல்படுத்தும் பொருட்டு தீவிர முயற்சி செய்தார்.

பலமுறை முயற்சிக்குப் பின், 1965ல் மிகவும் முதிர்ந்த 69வது வயதில் 'ஜலதூதா' என்ற சரக்கு கப்பலில் புறப்பட்டார் நியூயார்க் நகரத்-திற்கு.

காவியுடை காற்றில் படபடக்க, இடையே இடையே ஏற்பட்ட மாரடைப்பையும் தாங்கிக் கொண்டு சுமார் 35 நாட்கள் உப்புக் காற்று கடல்பயணத்திற்கு பிறகு, கிருஷ்ணரையே தனது ஒரே இலக்காக நம்பி அமெரிக்க மண்ணில் தன்னந்தனியாக தடம் பதித்தார்.

நியூயார்க்கின் நகரத்தின் மக்கள் கூடும் இடங்களில் ஹரே கிருஷ்ண மஹாமந்திரத்தை பாடி அதன் முக்கியத்துவத்தை எடுத்துரைத்தார். படிப்படியாக இளைஞர்களும், யுவதிகளும் பிரபுபாதாவின் உரைகளையும், நாமசங்கீர்த்தனத்தையும் கேட்டு நல்வழிப்பட்டனர்.

தன்னந்தனியாக ஒரு வருட காலம் பல கடுமையான போராட்டங்களை சந்தித்த பின் வெற்றிகரமாக 1966ல் உலகம் தழுவிய 'இஸ்கான்' இயக்கத்தை நிறுவினார் பிரபுபாதா. பிறகு வெகு குறுகிய காலத்திலேயே, பிரபுபாதாவின் தீவிர பிரச்சாரத்தின் பலனாக உலகின் பல பாகங்-களிலும் இஸ்கான் நிறுவப்பட்டது.

மேலும் ஸ்ரீலபிரபுபாதா உரை எழுதிய பகவத்கீதை உண்மையுருவில், ஸ்ரீமத் பாகவதம் உள்ளிட்ட ஆன்மீக புத்தகங்களுக்கு படித்த அறி-ஞர்களிடமும், மாணவர்களிடமும் நல்ல வரவேற்பு கிடைத்தது. பிரபுபாதாவின் புத்தகங்களை படித்த ஏராளமானோர் வாழ்க்கையின் உண்மை நோக்கத்தை அறியும் வாய்ப்பை பெற்றனர்.

இப்படியாக பிரபுபாதா நிறுவிய இஸ்கான் கோயிலும், எழுதிய புத்தகங்களும் பெரும் ஆன்மீகப் புரட்சியை ஏற்படுத்தியது.

பிறகு 1971ல் மேலை நாட்டு சீடர்கள் பலருடன் இந்தியா திரும்பிய பிரபுபாதா, வெற்றிகரமாக இந்தியாவிலும் இஸ்கான் இயக்கத்தை நிர்மாணித்தார். மேலை நாட்டினர் பலரும் நம் இந்திய கலாச்சாரத்தை பின்பற்றி கிருஷ்ண பக்தர்களாக மாறி இருப்பதை கண்டு இந்திய மக்கள் உடனே ஏற்க ஆரம்பித்தனர்.

இந்தியாவில் பம்பாய், விருந்தாவன், மாயாப்பூர் போன்ற இடங்களில் இஸ்கான் கோயில் கட்டுமானப் பணிகளை பிரபுபாதா தனது நேரடி கண்காணிப்பில் துவக்கினார்.

கிருஷ்ண பக்தி இயக்கத்தின் வளர்ச்சி மற்றும் தரத்தை மேற்பார்வை செய்யும் பொருட்டு ஸ்ரீல பிரபுபாதா தனது முதிர்ந்து வயதிலும் உலகம் முழுவதையும் 12 முறை வலம் வந்து பிரச்சாரம் செய்தார். தவிர 108க்கும் மேற்பட்ட இஸ்கான் கோயில்களையும், 4000க்கும் மேற்பட்ட சீடர்களையும் உருவாக்கியிருந்தார்.

இரவு பகலாக கண்விழித்து, 80க்கும் மேற்பட்ட ஆன்மீக புத்தகங்களை தனது பக்தி வேதாந்த புத்தக அறக்கட்டளையின் மூலம் வெளி-யிட்டார். அவர் எழுதிய பல்வேறு புத்தகங்கள் மற்றும் மொழிபெயர்ப்புகள் 56 உலக மொழிகளில் அச்சிடப்பட்டு லட்சக்கணக்கான மக்களை சென்றடைந்துள்ளது. குறிப்பாக பகவத் கீதை உண்மை யுருவில் எனும் நூல் பல நூற்றுக் கணக்கான அறிஞர்கள் மற்றும் விஞ்ஞானிகளால் புகழ்ந்துரைக்கப்பட்டுள்ளது.

இறுதியாக 1977ல், மிக மிக புனிதமான இடமான விருந்தாவனத்தில், தன் சரீரத்தை விட்டு கிருஷ்ணரின் திருவடி அடைந்தார் பிரபுபாதா.

சற்று யோசித்து பார்த்தோம் என்றால், பேரன், பேத்திகளுடன் விளையாடி ஈசி சேரில் உட்கார்ந்து ஓய்வெடுக்கும் வயதில் தான் இவ்வளவு சாதனைகளையும் செய்தார் பிரபுபாதா.

மூட நம்பிக்கைகள் நிறைந்த சமயம் என்று வெளிநாட்டவரால் நகையாடப் பட்ட நமது சனாதன தர்மம், இன்று விஞ்ஞான பூர்வமான உயர்ந்த கருத்துக்கள் நிறைந்த வாழ்வு நெறி என்று தான் நிறுவிய ‘இஸ்கான் மூலம் முழுவதும் பாராட்டும் வண்ணம் செய்தார் பிரபுபாதா.

அமெரிக்காவின் வானாளவிய கட்டடங்களில் வாழும் நவ நாகரீக மனிதர்களில் துவங்கி, அமேசன் காடுகளில் வாழும் பழங்குடி மக்கள் வரை; ஜனநாயக நாடுகளில் வாழும் சுதந்திர மக்களிலிருந்து, கம்யூனிச நாடுகளின் கட்டுப்பாட்டில் வாழும் மக்கள் வரை அனைவருக்கும் பாரதத்தின் சனாதன தர்மத்தைப் பற்றியும், பகவத்கீதை, பாகவதம் போன்ற சரித்திர நூல்களைப் பற்றியம் இன்று வரை பறைசாற்றி வருகிறது இவர் நிறுவிய ‘இஸ்கான் கோயில்கள்.

உண்மையிலேயே சுவாமி ஸ்ரீலபிரபுபாதாவின் சாதனையை ஒரு ஆன்மீகப் புரட்சி என்று தான் கூற வேண்டும். பிரபுபாதா வாழ்ந்த வாழ்-வும், காட்டிய வழிகளும் மிக மிக போற்றுதற்குரியது.

உறுதியையும் வைராக்கியத்தையும் மனதில் வேரூன்றச் செய்யும் ஸ்ரீலபிரபுபாதாவின் வாழ்க்கை வரலாற்றை படித்த ஒருவரால் மட்டுமே இதனைப் புரிந்து கொள்ள முடியும்.

ஸ்ரீலபிரபுபாதாவின் முழு வாழ்க்கை வரலாறு புத்தகம் தமிழ், ஆங்கிலம் உள்ளிட்ட பல மொழிகளில் இஸ்கான் கோயில் புத்தக ஸ்டாலில் கிடைக்கிறது.

தயவு செய்து வாங்கி படியுங்கள், உண்மையில் ஸ்ரீலபிரபுபாதா எப்படி பட்டவர்? என்பது புரியும்.

ஸ்ரீலபிரபுபாதா எழுதிய புத்தகங்கள்

இஸ்கான் ஸ்தாபக ஆச்சாரியர் தெய்வத்திரு. அ.ச.பக்தி வேதாந்த ஸ்வாமி பிரபுபாதா அவர்களால் ஆங்கிலத்தில் எழுதப்பட்டு தமிழில் மொழிபெயர்க்கப்பட்டுள்ள புத்தகங்கள்:

பகவத்கீதை உண்மையுருவில்

கிருஷ்ணா (புருஷோத்தமராகிய முழுமுதற்கடவுள்)

ஸ்ரீமத் பாகவதம்

ஸ்ரீசைதன்ய சரிதாம்ருதம்

தன்னை அறியும் விஞ்ஞானம்

குந்தி மகாராணியின் போதனைகள்

பகவான் ஸ்ரீகபிலரின் யோக முறை

பக்தி ரஸாம்ருத சிந்து

அறிவின் அரசன்

பிற கிரகங்களுக்கு எளிதான பயணம்

கிருஷ்ணருக்கான வழியில்

பிரகலாதரின் திவ்ய உபதேசங்கள்

பக்குவமான கேள்விகளும் பக்குவமான பதில்களும்

யோகத்தின் பூரணத்துவம்

வேதம் வழங்கும் அறிவு

சவால்

அமைதியான வாழ்வுக்கு வழி

உபதேசாம்ருதம்

உயிரிலிருந்து உயிர் தோன்றுகிறது

கிருஷ்ண உணர்வு ஈடு இணையற்ற வரம்

கிருஷ்ணர் இன்பத்தின் இருப்பிடம்

கீதாசசாரம்

ஆத்ம யோகம்

இயற்கைச் சட்டங்கள்

பிறப்பிற்கும் இறப்பிற்கும் அப்பால்

ஆன்மீக வாழ்க்கை
கிருஷ்ண உணர்வு, மிக உன்னத யோகம்
பக்குவநிலைக்கான வழி
தர்மம்
மறுபிறவி
நாரத-பக்தி-சூத்ரம்
முகுந்தமாலை ஸ்தோத்திரம்
இன்னும் பல புத்தககங்கள் ஆங்கிலத்தில் இருந்து தமிழ் மொழிபெயர்ப்பு பணியில் உள்ளன.

# 5

# நாம சங்கீர்த்தனம்

நாம சங்கீர்த்தனம் யஸ்ய சர்வ பாப ப்ரணாஷனம்

ப்ரணாமோ துக்க சமனஸ் தம் நமாமி ஹரிம் பரம்

பரம புருஷராகிய பகவான் ஸ்ரீ ஹரியின் நாம சங்கீர்த்தனம் எல்லா பாவங்களையும் நீக்கும். அவரை நமஸ்கரிப்பது எல்லா துன்பங்களையும் துடைக்கும். அப்பேர்ப்பட்ட பகவான் ஸ்ரீ ஹரிக்கு எனது பணிவான வணக்கங்களை சமர்ப்பிக்கிறேன்'' (ஸ்ரீமத்பாகவதம் 12.13.23)

இதுவே ஸ்ரீமத் பாகவதத்தின் இறுதி ஸ்லோகம் ஆகும். பகவான் ஹரியின் நாம சங்கீர்த்தனம் ஒருவரின் எல்லா பாவங்களையும் நீக்கி விடுகின்றது.மேலும் பகவானிடம் தூய அன்பை வளர்க்க இதுவே வழியாகவும் கூறப்படுகிறது. அதனாலேயே ஸ்ரீ சைதன்ய மஹாப்ரபு எல்லோரையும் ஹரிநாம சங்கீர்த்தனம் செய்ய ஊக்குவித்தார்.

ஸ்ரீல பிரபுபாதா இக்கூற்றை நிரூபித்தவர் ஆவர்.1965 இல் அமெரிக்கா சென்ற ஸ்ரீல பிரபுபாதா தங்க ஒரு சரியான இடம் கூட இல்லாமல் இங்கும் அங்கும் தங்கி பிரச்சாரம் செய்து கொண்டிருந்தார். அப்போது அவர் முக்கியமாக பல இடங்களில் நாம சங்கீர்த்தனமே செய்தார். குறிப்பாக நியூயார்க் டாம்ப்கின்ஸ் ஸ்கொயர் பார்க்கில் செய்வது வழக்கம்.

ஸ்ரீல பிரபுபாதாவின் நாம சங்கீர்த்தனத்தினால் ஏராளமான இளைஞர்கள் கோவிலுக்கு வரத் துவங்கினர். குறிப்பாக பல தீய பழக்கங்களில் மூழ்கியிருந்தவர்கள் கூட இந்த நாம சங்கீர்த்தனத்தால் தூய்மை அடைந்து பெரும் பக்தர்களாக மாறி இன்றளவும் சேவை செய்து வருவது குறிப்பிடத்தக்கது.

ஆகவே ஹரிநாம சங்கீர்த்தனம் இஸ்கானின் மிக மிக முக்கிய சேவையாக கருதப்படுகிறது.

# 6

# பகவான் ஸ்ரீகிருஷ்ணர் அவதார திருநாள்

ஸ்ரீகிருஷ்ண ஜெயந்தி. பகவான் ஸ்ரீகிருஷ்ணரின் அவதார திருநாள். தேய்பிறை எட்டாவது நாள். ஸ்ரீகிருஷ்ண ஜென்மாஷ்டமி நன்னாள்.

உயர்வான பலன்களை நல்கும் ரோஹிணி நட்சத்திரம் போன்ற மங்கலகரமான நட்சத்திரங்கள் வானில் பிரகாசித்திருக்க, ஒவ்வொருவரின் இதயத்திலும் வீற்றிருக்கும் பகவான் ஸ்ரீகிருஷ்ணர் இரவின் இருளில் வசுதேவர் மற்றும் தேவகியின் முன்பு பூரணச் சந்திரனைப் போல் அவதரித்தார்.

நான்கு கரங்களுடன், கரங்களில் சங்கு-சக்கரமும், கதை-தாமரையும் தாங்கி, ஸ்ரீவத்ஸக் குறியுடன், கௌஸ்துப ஹாரத்தை அணிந்து மஞ்சள் பட்டாடை உடுத்தி, கார்மேகம் போல் ஒளி வீசி, வைடூரிய மகுடமும் விலைமதிப்பற்ற கங்கணங்களும், காதணிகளும், பிற ஆபரணங்களும் உடல் முழுவதும் அணிந்து சிரசில் அடர்ந்த முடியுடன் தோன்றினார் பகவான் ஸ்ரீகிருஷ்ணர்.

பின் தேவகியின் வேண்டுகோளுக்கிணங்க பகவான், தன்னை சாதாரண குழந்தை உருவிற்கு மாற்றி பால்ய கிருஷ்ணராக அவதாரம் செய்தார்.

எங்கெல்லாம், எப்போதெல்லாம் தர்மம் அழிந்து அதர்மம் மேலோங்குகிறதோ, அப்போதெல்லாம் பகவான் ஸ்ரீகிருஷ்ணர் அவதரிக்கின்றார். மேலும், பக்தரைக் காக்கவும், கொடியவரை அழிக்கவும், தர்ம நெறிகளை மீண்டும் நிலைநாட்டவும் யுகந்தோறும் பகவான் ஸ்ரீகிருஷ்ணர் அவதரிக்கிறார்.

மேலும் பகவான் ஸ்ரீகிருஷ்ணர் அனைவரது உள்ளங்களையும் கொள்ளை கொள்ளும் வண்ணம் வசீகரிப்பவராக அவதரித்தார். பொதுவாக 'கிருஷ்ணா' என்றாலே 'அனைவரையும் வசீகரிப்பவர்' என்று பொருள். பகவான் ஸ்ரீகிருஷ்ணர் எண்ணற்ற அவதாரங்களை ஏற்றுள்ளார்.

கிருஷ்ணரின் ஒவ்வொரு அவதாரமும் ஒரு குறிப்பிட்ட சிறப்பு அம்சம் உடையதாகும். ஆனால் கிருஷ்ண அவதாரம் அனைத்து சிறப்பு அம்சங்களும் பொருந்தியதாகும். உதாரணமாக, ஸ்ரீமோஹினி அவதாரம் — பகவானின் அழகிற்கு சிறப்பு பெற்ற அவதாரமாகும். ஸ்ரீநரசிம்ம அவதாரம் — பகவானின் எல்லையற்ற சக்திக்கு புகழ்பெற்ற அவதாரம் ஆகும். ஸ்ரீராம அவதாரம் — பகவானின் புகழுக்கு பெயர் பெற்ற அவதாரமாகும். ஸ்ரீமச்ச அவதாரம் — பகவானின் உன்னத அறிவை உணரச் செய்த அவதாரமாகும். நர-நாராயண அவதாரம் — துறவிற்கு புகழ்பெற்ற அவதாரமாகும். ஆனால் கிருஷ்ண அவதாரமோ முழுமையானது. ஏனெனில் பகவான் ஸ்ரீகிருஷ்ணர் மூல முழுமுதற்கடவுளாக விளங்குவதால் அனைத்து சிறப்பு அம்சங்களுடன் அப்படியே இப்புவிக்கு இறங்கி வந்துள்ளார்.

செல்வம், பலம், புகழ், அழகு, ஞானம், துறவு என்ற ஆறு வளமைகளும் பூரணமாக அடையப் பெற்றவரே பகவான் என்று அழைக்கப்படுகிறார் என்று விஷ்ணு புராணம் 1.19.65 குறிப்பிடுகிறது. கிருஷ்ணர் மேற்கூறிய தகுதியைப் பெற்றுள்ளதால் பகவான் என்று அறியப்படுகிறார்.

கிருஷ்ணரின் அவதாரத்திற்கு பல விதமான காரணங்கள் இருந்தாலும், கிருஷ்ணரே நேரடியாக அவதரிப்பதன் முக்கிய காரணம் பக்தர்களை வசீகரித்து மகிழ்ச்சி அளிப்பதற்கே ஆகும். அத்துடன் நாம் வாழ்க்கையை எப்படி இறை சிந்தனையில் நடத்த வேண்டும் என்பதை பகவத் கீதையின் வடிவில் உபதேசிப்பதற்காகவும் அவதரித்தார்.

சுருக்கமாக பகவான் ஸ்ரீகிருஷ்ணர் தனது திவ்யமான ஷியாமசுந்தர ரூபத்தினாலும், ரத்தினம் போன்ற உபதேசங்களினாலும் எல்லோர் இதயத்திலும் இடம் பிடிக்கவே அவதரித்தார் எனலாம். எனவே தான் உலகம் முழுவதும் நூற்றுக்கும் மேற்பட்ட நாடுகளில் கோடிக்கணக்கான மக்களால் ஸ்ரீகிருஷ்ணரின் அவதார தினம், ஜாதி, மத, இன, பேதமின்றி மகிழ்ச்சியுடன் கொண்டாடப்படுகிறது.

'ஜெயந்தி' என்பதன் சிறப்பு

பகவான் ஸ்ரீகிருஷ்ணரின் அவதாரத் திருநாள், ஸ்ரீகிருஷ்ண ஜெயந்தி, ஸ்ரீகிருஷ்ண ஜென்மாஷ்டமி, ஸ்ரீகோகுலாஷ்டமி, ஸ்ரீகிருஷ்ணாஷ்டமி, ஸ்ரீஜெயந்தி'' என்று பல வகையான பெயர்களில் கொண்டாடப்படுகிறது. இதில் ஜெயந்தி என்ற சொல் மிகவும் குறிப்பிடத்தக்கது. ஜெயந்தி — என்றால் சுப மங்கலகரமான நட்சத்திரங்களின் கூட்டம் என்று பொருள். பகவான் ஸ்ரீகிருஷ்ணர் ஏராளமான அவதாரங்களை எடுத்துள்ளார். ஆனால் 'ஜெயந்தி' என்ற சொல் ஸ்ரீகிருஷ்ண அவதாரத்திற்கு மட்டுமே சிறப்பாக பயன்படுத்தப்படுகிறது. ஏனென்றால் கிருஷ்ணர் அவதரித்த போது, எல்லா நட்சத்திரங்களும் சுபமங்கலகரமாக வானில் கூடியதால் 'ஸ்ரீகிருஷ்ண ஜெயந்தி' என்று அழைக்கப்படுகிறது.

ஸ்ரீகிருஷ்ண ஜெயந்தி அன்று செய்ய வேண்டியது என்ன?

ஸ்ரீகிருஷ்ண ஜெயந்தி அன்று அதிகாலையில் எழுந்து நீராடி, ஸ்ரீகிருஷ்ணரின் நாமங்களை உச்சரித்து, கிருஷ்ணா! இன்று நான் கிருஷ்ண ஜெயந்தி விரதம் இருக்கப் போகிறேன். தயவு செய்து உங்கள் கருணையை தரவும் என்று வேண்டி அன்று விரதத்தை துவக்க வேண்டும். தொடர்ந்து நள்ளிரவு வரை விரதம் இருக்க வேண்டும். (உடல்பலம் குறைந்தவர்கள் நீர், பால், பழம் எடுத்துக் கொள்ளலாம்)

ஹரே கிருஷ்ண ஹரே கிருஷ்ண; கிருஷ்ண கிருஷ்ண ஹரே ஹரே; ஹரே ராம ஹரே ராம; ராம ராம ஹரே ஹரே'' என்ற மஹாமந்திரத்தை 108 மணி ஜபமாலையில் அதிகபட்சம் ஜபிக்க வேண்டும்.

ஸ்ரீலபிரபுபாதா எழுதிய 'கிருஷ்ணா' என்ற புத்தகத்தில் உள்ள கிருஷ்ணரின் அவதாரம் பற்றிய அத்தியாயத்தை படிப்பது நல்லது.

பகவான் ஸ்ரீ கிருஷ்ணர் கோயில்களுக்குச் சென்று ஸ்ரீகிருஷ்ண ஜெயந்தி அலங்கார தரிசனம் செய்ய வேண்டும். இஸ்கான் கோயில்களில் ஸ்ரீகிருஷ்ண ஜெயந்தி சிறப்பு அலங்காரம் இருக்கும்.

விரதம் முடிக்கும் விதம்: கிருஷ்ண ஜெயந்திக்கு மறுநாள், ஸ்ரீகிருஷ்ண பிரசாதங்களை உட்கொண்டு விரதத்தினை முடிக்கலாம்.

கிருஷ்ண ஜெயந்தி அன்று விரதம் இருப்பவர் நல் ஆரோக்கியத்தையும், நல் அதிர்ஷ்டத்தையும் பெறுவார்.

— பவிஷ்ய புராணம்

ஸ்ரீகிருஷ்ண ஜெயந்தி விரதத்தினை கடைபிடிப்பவரிடத்தில் ஸ்ரீலெக்ஷ்மி தேவி எப்போதும் குடியிருப்பார்.

— ஸ்கந்த புராணம்

ஸ்ரீகிருஷ்ண ஜெயந்தி. பகவான் ஸ்ரீகிருஷ்ணரின் அவதார திருநாள். தேய்பிறை எட்டாவது நாள். ஸ்ரீகிருஷ்ண ஜென்மாஷ்டமி நன்னாள்.

உயர்வான பலன்களை நல்கும் ரோஹிணி நட்சத்திரம் போன்ற மங்கலகரமான நட்சத்திரங்கள் வானில் பிரகாசித்திருக்க, ஒவ்வொருவரின் இதயத்திலும் வீற்றிருக்கும் பகவான் ஸ்ரீகிருஷ்ணர் இரவின் இருளில் வசுதேவர் மற்றும் தேவகியின் முன்பு பூரணச் சந்திரனைப் போல் அவதரித்தார்.

நான்கு கரங்களுடன், கரங்களில் சங்கு-சக்கரமும், கதை-தாமரையும் தாங்கி, ஸ்ரீவத்ஸக் குறியுடன், கௌஸ்துப ஹாரத்தை அணிந்து மஞ்சள் பட்டாடை உடுத்தி, கார்மேகம் போல் ஒளி வீசி, வைடூரிய மகுடமும் விலைமதிப்பற்ற கங்கணங்களும், காதணிகளும், பிற ஆபரணங்களும் உடல் முழுவதும் அணிந்து சிரசில் அடர்ந்த முடியுடன் தோன்றினார் பகவான் ஸ்ரீகிருஷ்ணர்.

பின் தேவகியின் வேண்டுகோளுக்கிணங்க பகவான், தன்னை சாதாரண குழந்தை உருவிற்கு மாற்றி பால்ய கிருஷ்ணராகஅவதாரம் செய்தார்.

எங்கெல்லாம், எப்போதெல்லாம் தர்மம் அழிந்து அதர்மம் மேலோங்குகிறதோ, அப்போதெல்லாம் பகவான் ஸ்ரீகிருஷ்ணர் அவதரிக்கின்றார். மேலும், பக்தரைக் காக்கவும், கொடியவரை அழிக்கவும், தர்ம நெறிகளை மீண்டும் நிலைநாட்டவும் யுகந்தோறும் பகவான் ஸ்ரீகிருஷ்ணர் அவதரிக்கிறார்.

மேலும் பகவான் ஸ்ரீகிருஷ்ணர் அனைவரது உள்ளங்களையும் கொள்ளை கொள்ளும் வண்ணம் வசீகரிப்பவராக அவதரித்தார். பொதுவாக 'கிருஷ்ணா' என்றாலே 'அனைவரையும் வசீகரிப்பவர்' என்று பொருள். பகவான் ஸ்ரீகிருஷ்ணர் எண்ணற்ற அவதாரங்களை ஏற்றுள்ளார்.

கிருஷ்ணரின் ஒவ்வொரு அவதாரமும் ஒரு குறிப்பிட்ட சிறப்பு அம்சம் உடையதாகும். ஆனால் கிருஷ்ண அவதாரம் அனைத்து சிறப்பு அம்சங்களும் பொருந்தியதாகும். உதாரணமாக, ஸ்ரீமோஹினி அவதாரம் — பகவானின் அழகிற்கு சிறப்பு பெற்ற அவதாரமாகும். ஸ்ரீநரசிம்ம அவதாரம் — பகவானின் எல்லையற்ற சக்திக்கு புகழ்பெற்ற அவதாரம் ஆகும். ஸ்ரீராம அவதாரம் — பகவானின் புகழுக்கு பெயர் பெற்ற அவதாரமாகும். ஸ்ரீமச்ச அவதாரம் — பகவானின் உன்னத அறிவை உணரச் செய்த அவதாரமாகும். நர-நாராயண அவதாரம் — துறவிற்கு புகழ்பெற்ற அவதாரமாகும். ஆனால் கிருஷ்ண அவதாரமோ முழுமையானது. ஏனெனில் பகவான் ஸ்ரீகிருஷ்ணர் மூல முழுமுதற்கடவுளாக விளங்குவதால் அனைத்து சிறப்பு அம்சங்களுடன் அப்படியே இப்புவிக்கு இறங்கி வந்துள்ளார்.

செல்வம், பலம், புகழ், அழகு, ஞானம், துறவு என்ற ஆறு வளமைகளும் பூரணமாக அடையப் பெற்றவரே பகவான் என்று அழைக்கப்படுகிறார் என்று விஷ்ணு புராணம் 1.19.65 குறிப்பிடுகிறது. கிருஷ்ணர் மேற்கூறிய தகுதியைப் பெற்றுள்ளதால் பகவான் என்று அறியப்படுகிறார்.

கிருஷ்ணரின் அவதாரத்திற்கு பல விதமான காரணங்கள் இருந்தாலும், கிருஷ்ணரே நேரடியாக அவதரிப்பதன் முக்கிய காரணம் பக்தர்களை வசீகரித்து மகிழ்ச்சி அளிப்பதற்கே ஆகும். அத்துடன் நாம் வாழ்க்கையை எப்படி இறை சிந்தனையில் நடத்த வேண்டும் என்பதை பகவத் கீதையின் வடிவில் உபதேசிப்பதற்காகவும் அவதரித்தார்.

சுருக்கமாக பகவான் ஸ்ரீகிருஷ்ணர் தனது திவ்யமான ஷியாமசுந்தர ரூபத்தினாலும், ரத்தினம் போன்ற உபதேசங்களினாலும் எல்லோர் இதயத்திலும் இடம் பிடிக்கவே அவதரித்தார் எனலாம். எனவே தான் உலகம் முழுவதும் நூற்றுக்கும் மேற்பட்ட நாடுகளில் கோடிக்கணக்கான மக்களால் ஸ்ரீகிருஷ்ணரின் அவதார தினம், ஜாதி, மத, இன, பேதமின்றி மகிழ்ச்சியுடன் கொண்டாடப்படுகிறது.

'ஜெயந்தி' என்பதன் சிறப்பு

பகவான் ஸ்ரீகிருஷ்ணரின் அவதாரத் திருநாள், ஸ்ரீகிருஷ்ண ஜெயந்தி, ஸ்ரீகிருஷ்ண ஜென்மாஷ்டமி, ஸ்ரீகோகுலாஷ்டமி, ஸ்ரீகிருஷ்ணாஷ்டமி, ஸ்ரீஜெயந்தி'' என்று பல வகையான பெயர்களில் கொண்டாடப்படுகிறது. இதில் ஜெயந்தி என்ற சொல் மிகவும் குறிப்பிடத்தக்கது. ஜெயந்தி — என்றால் சுப மங்கலகரமான நட்சத்திரங்களின் கூட்டம் என்று பொருள். பகவான் ஸ்ரீகிருஷ்ணர் ஏராளமான அவதாரங்களை எடுத்துள்ளார். ஆனால் 'ஜெயந்தி' என்ற சொல் ஸ்ரீகிருஷ்ண அவதாரத்திற்கு மட்டுமே சிறப்பாக பயன்படுத்தப்படுகிறது. ஏனென்றால் கிருஷ்ணர் அவதரித்த போது, எல்லா நட்சத்திரங்களும் சுபமங்கலகரமாக வானில் கூடியதால் 'ஸ்ரீகிருஷ்ண ஜெயந்தி' என்று அழைக்கப்படுகிறது.

## ஸ்ரீகிருஷ்ண ஜெயந்தி அன்று செய்ய வேண்டியது என்ன?

ஸ்ரீகிருஷ்ண ஜெயந்தி அன்று அதிகாலையில் எழுந்து நீராடி, ஸ்ரீகிருஷ்ணரின் நாமங்களை உச்சரித்து, கிருஷ்ணா! இன்று நான் கிருஷ்ண ஜெயந்தி விரதம் இருக்கப் போகிறேன். தயவு செய்து உங்கள் கருணையை தரவும் என்று வேண்டி அன்று விரதத்தை துவக்க வேண்டும். தொடர்ந்து நள்ளிரவு வரை விரதம் இருக்க வேண்டும். (உடல்பலம் குறைந்தவர்கள் நீர், பால், பழம் எடுத்துக் கொள்ளலாம்)

"ஹரே கிருஷ்ண ஹரே கிருஷ்ண; கிருஷ்ண கிருஷ்ண ஹரே ஹரே; ஹரே ராம ஹரே ராம; ராம ராம ஹரே ஹரே" என்ற மஹாமந்திரத்தை 108 மணி ஜபமாலையில் அதிகபட்சம் ஜபிக்க வேண்டும்.

ஸ்ரீலபிரபுபாதா எழுதிய 'கிருஷ்ணா' என்ற புத்தகத்தில் உள்ள கிருஷ்ணரின் அவதாரம் பற்றிய அத்தியாயத்தை படிப்பது நல்லது.

பகவான் ஸ்ரீ கிருஷ்ணர் கோயில்களுக்குச் சென்று ஸ்ரீகிருஷ்ண ஜெயந்தி அலங்கார தரிசனம் செய்ய வேண்டும். இஸ்கான் கோயில்களில் ஸ்ரீகிருஷ்ண ஜெயந்தி சிறப்பு அலங்காரம் இருக்கும்.

விரதம் முடிக்கும் விதம்: கிருஷ்ண ஜெயந்திக்கு மறுநாள், ஸ்ரீகிருஷ்ண பிரசாதங்களை உட்கொண்டு விரதத்தினை முடிக்கலாம்.

கிருஷ்ண ஜெயந்தி அன்று விரதம் இருப்பவர் நல் ஆரோக்கியத்தையும், நல் அதிர்ஷ்டத்தையும் பெறுவார்.
— பவிஷ்ய புராணம்

ஸ்ரீகிருஷ்ண ஜெயந்தி விரதத்தினை கடைபிடிப்பவரிடத்தில் ஸ்ரீலெக்ஷ்மி தேவி எப்போதும் குடியிருப்பார்.
— ஸ்கந்த புராணம்

# 7

# ஸ்ரீசைதன்ய மஹாபிரபு அவதார திருநாள்

ஸ்ரீகௌர பூர்ணிமா

ஸ்ரீசைதன்ய மஹாபிரபு அவதார திருநாள்:

அவதார நோக்கம்:

சுமார் 500 வருடங்களுக்கு முன் பகவான் ஸ்ரீகிருஷ்ணர் ஸ்ரீசைதன்ய மஹாபிரபுவாக இப்பூவுலகில் அவதரித்தார். இந்த அவதாரத்தின் விசேஷம் பகவான், பக்தராக தோன்றியதாகும். அதாவது கிருஷ்ண பக்தர் ஒருவர் எவ்வாறு அவரது நாமத்தை ஜபிக்க வேண்டும் எவ்வாறு பக்தி நெறியுடன் வாழ வேண்டும் என்பதை இந்த அவதாரத்தின் மூலம் உணர்த்தினார். பொன்னிறத்தில் அவதரித்ததால் ஸ்ரீகௌரங்கர் என்றும் அழைக்கப்பட்டார்.

கௌர பூர்ணிமா:

ஸ்ரீசைதன்ய மஹாபிரபு மேற்கு வங்காளத்தில் உள்ள நவ தீவுகளில் ஒன்றான 'மாயாப்பூர்' எனும் புண்ணிய ஸ்தலத்தில் பௌர்ணமியன்று அவதரித்தார். 'கௌர' என்றால் பொன்னிற மேனியுடைய ஸ்ரீசைதன்ய மஹாபிரபுவையும், 'பூர்ணிமா' என்றால் அவர் அவதரித்த பௌர்ணமி நாளையும் குறிக்கிறது. எனவே ஸ்ரீசைதன்ய மஹாபிரபுவின் அவதாரத் திருநாள் 'கௌர் பூர்ணிமா' என்ற பெயரில் கொண்டாடப்படுகிறது.

சாஸ்திரங்கள்:

இவருடைய அவதாரம் பற்றி ஸ்ரீமத் பாகவதம், விஷ்ணு ஸஹஸ்ர நாம ஸ்தோத்திரம், முண்டக உபநிஷத், சைதன்ய உபநிஷத், தேவி புராணம், கருட புராணம், பத்ம புராணம் மற்றும் நாரத புராணம் உள்ளிட்ட ஏராளமான வேத சாஸ்திரங்களில் ஸ்ரீகிருஷ்ணர், ஸ்ரீசைதன்ய மஹாபிரபுவாக பக்தர் வடிவில் அவதரித்து 'ஹரி நாம சங்கீர்த்தனத்தை எடுத்துரைப்பார் என்று முன்கூட்டியே குறிப்பிடப்பட்டுள்ளது. முண்டக உபநிஷத்தில், யார் ஒருவர் தங்க நிறம் வாய்ந்த முழு முதற் கடவுளை தரிசிக்கிறாரோ அவர் முக்தி பெறுவார்" என்று குறிப்பிடப்பட்டுள்ளது. தவிர ஸ்ரீமத் பாகவதத்தில், கலியுகத்தில் புத்திசாலியான மக்கள், ஹரிநாமசங்கீர்த்தனத்தில் ஈடுபட்டு எப்பொழுதும் பகவான் ஸ்ரீகிருஷ்ணரின் நாமத்தை பாடும் முழுமுதற்கடவுளின் அவதாரத்தை, ஸ்ரீசைதன்ய மஹாபிரபுவை போற்றி வழிபடுவார்கள் என்றும், அவரது நிறம் கருநீலமாக இல்லாவிடினும் அவர் ஸ்ரீகிருஷ்ணரே ஆவார் என்றும், அவர் எப்போதும் தனது சகாக்கள் மற்றும் பக்தர் குழுவுடன் இருப்பார் என்றும் குறிப்பிடப்பட்டுள்ளது.

இந்த அவதாரத்தில் பகவான் வழங்கிய உபதேசம்:

யார் ஒருவர் பகவானின் திருப்பெயருக்கு சரணடைகிறாரோ, அதாவது ஹரே கிருஷ்ண ஹரே கிருஷ்ண; கிருஷ்ண கிருஷ்ண ஹரே ஹரே; ஹரே ராம ஹரே ராம; ராம ராம ஹரே ஹரே" எனும் பதினாறு வார்த்தைகளடங்கிய ஹரே கிருஷ்ண மஹாமந்திரத்தை உச்சரிக்கிறாரோ அவர் எல்லாப் பாவங்களிலிருந்தும் விடு படுகிறார். தொடர்ந்து உச்சரிப்பவர் படிப்படியாக முன்னேற்றம் அடைந்து மனித வாழ்வின் இறுதி நோக்கமான பகவானின் திருஸ்தலத்தினை அடைவர். இம் மஹா மந்திரத்தை உச்சரிக்க எந்த விதமான, கடுமையான கட்டுப்பாடுகள் எதுவும் இல்லை. யார் வேண்டுமானாலும், எப்போது வேண்டுமானாலும் உச்சரிக்கலாம் — இதுவே மக்களை நல்வழிப்படுத்த இந்த அவதாரத்தில் பகவான் ஸ்ரீகிருஷ்ணர் காட்டிய நல்வழியாகும். இதனை 'ஹரே கிருஷ்ண மஹாமந்திர ஜப யோகம் அல்லது ஹரிநாம சங்கீர்த்தனம் என்று கூறுவதுண்டு.

தென்னிந்திய விஜயம்:

ஸ்ரீசைதன்ய மஹாபிரபு ஆறு வருடங்கள் இந்தியா முழுவதும் சுற்றுப் பயணம் செய்து ஹரே கிருஷ்ண மஹாமந்திரத்தின் முக்கியத்துவத்தை கிராம, நகரங்களின் மூலை முடுக்குகளிலெல்லாம் எடுத்துரைத்தார். இவரது தென்னிந்திய விஜயத்தை நினைவுபடுத்தும் வண்ணம் திருச்சி-ஸ்ரீரங்கம் ராஜகோபுரம் எதிரே இவரது பாதுகை இன்றளவும் பாதுகாக்கப்பட்டு வருகிறது. தவிர மதுரை மீனாட்சி சுந்தரரேஸ்வரர் திருக்கோயிலுக்கும், திருநெல்வேலி நவதிருப்பதி போன்ற திவ்ய ஸ்தலங்களுக்கும் இவர் விஜயம் செய்துள்ளார் என்பது குறிப்பிடத்தக்கது.

ஸ்ரீசைதன்ய மஹாபிரபுவின் கருணை:

ஸ்ரீசைதன்ய மஹாபிரபுவின் பூரண கருணையை பெற விரும்பும் ஒருவர் ஹரே கிருஷ்ண ஹரே கிருஷ்ண; கிருஷ்ண கிருஷ்ண ஹரே ஹரே; ஹரே ராம ஹரே ராம; ராம ராம ஹரே ஹரே" எனும் பதினாறு வார்த்தைகளடங்கிய ஹரே கிருஷ்ண மஹாமந்திரத்தை குறைந்தபட்சம் 108 முறை தினசரி உச்சரிக்க வேண்டும். முடிந்தளவு மற்றவர்களுக்கும் இதன் முக்கியத்துவத்தை பற்றி எடுத்துச் சொல்ல வேண்டும்.

கௌர பூர்ணிமா விழா கொண்டாடும் விதம்:

ஸ்ரீகிருஷ்ணரின் அவதார திருநாள் எப்படி கோகுலாஷ்டமி கொண்டாடப்படுகிறதோ, அதே போல் ஸ்ரீகிருஷ்ணரின் பக்த அவதார மான ஸ்ரீசைதன்ய மஹாபிரபுவின் திருநாள் கௌர பூர்ணிமா" வாக கொண்டாட வேண்டும். கௌர பூர்ணிமா நாளில் சந்திரோதயம் வரை விரதம் இருந்து ஹரே கிருஷ்ண மஹா மந்திரத்தை ஜபிக்க வேண்டும். பிறகு அவருக்கு அபிஷேகம் செய்யப்பட்ட தீர்த்தத்தை உட்கொண்டு விரதத்தை முடித்துக் கொள்ளலாம்.

இதற்காக உலகெங்கும் உள்ள இஸ்கான் ஹரே கிருஷ்ண கோயில்களில் ஸ்ரீசைதன்ய மஹாபிரபுவின் திருவிக்ரஹங்களுக்கு மஹா அபிஷேகங்கள் நடைபெறுகிறது.

# 8

# ஸ்ரீராமச்சந்திரரின் அவதார திருநாள்

ஸ்ரீராம நவமி. பகவான் ஸ்ரீராமச்சந்திரரின் அவதார திருநாள். ஸ்ரீராமாவதாரத்தில் பகவான் ஒரு மனிதராகப் பிறந்தவர் எங்ஙனம் இருக்க வேண்டும் என்பதற்கு உதாரண புருஷராக வாழ்ந்தார்.

ஒரு நல்ல அரசர், கணவன், சகோதரர் மற்றும் நண்பர் போன்ற அனைத்து உறவுகளுக்கும் ஓர் முன்னுதாரணமாக திகழ்ந்தவர் ஸ்ரீராமச்-சந்திரர்.

ஸ்ரீராம சரிதம்

தேவர்களால் பிரார்த்திக்கப்பட்ட தால், பரம சத்தியமான பரமபுருஷர் தமது அம்சத்துடனும், அம்சத்தின் அம்சங்களுடனும் ராமர், லக்ஷ்-மணர், பரதன் மற்றும் சத்ருக்னர் எனும் திருநாமங்களுடன் நேரடியாகத் தோன்றினார். (அதாவது வாசுதேவர், சங்கர்ஷணர், பிரதியும்னர் மற்றும் அநிருத்தர் ஆகியோ ரின் அவதாரங்களே இவர்கள்.)

ஸ்ரீராமர், விஸ்வாமித்திரரின் யாக அரங்கில், இரவு நேரத்தில் அறிவில்லா மல் சஞ்சரித்த பல அசுரர்களையும், இராட்சஸர்களையும், காட்டு மிராண்டி களையும் லக்ஷ்மணரின் முன்னிலையில் கொன்றார். சீதையின் சுயம்வரச் சடங் கில் இவ்வுலக வீரர்களில் மத்தியில் பிரம்-மாண்டமான சிவதனுசை மிக எளிதாக உடைத்தார். இதன்மூலம் பகவானின் மார்பில் எப்பொழுதும் உறையும் ஸ்ரீதேவியின் அவதாரமான வவசீதா தேவியை மணம் புரிந்தார்.

அயோத்தியின் மன்னராக முடிசூட இன்னும் சில கணங்களே இருந்த போதிலும், தன் தந்தையின் உத்தரவை நிறைவேற்றுவதற்காக பகவான் ஸ்ரீராமச்சந்திரர் தமது இராஜ்யம், செல்வம், நண்பர்கள், உறவினர்கள், வசிப்பிடம் முதலான அனைத்தையும் துறந்து, லக்ஷ்மணர் மற்றும் சீதையுடன், பதினான்கு ஆண்டுகள் வனவாசம் மேற்கொண்டார்.

வனவாசத்தின் போது சீதையை அபகரிப்பதற்காக, இராவணன் மாரீசன் எனும் அசுரனை ஒரு தங்க மானின் உருவில் அனுப்பினான். அந்த அற்புத மானைக் கண்ட ஸ்ரீராமர், சீதையை மகிழ்விக்கும் பொருட்டு, அம்மானைப் பிடித்து வரச் சென்றார். ஸ்ரீராமர் இல்லாத இந்த சமயத்தைப் பயன்படுத்திக் கொண்ட இராவணன் சீதையை கடத்திச் சென்றான். பிறகு பகவான் ராமச்சந்திரரும், லக்ஷ்மணனும் வனம் முழுவ-திலும் சீதையைத் தேடியலைந்த னர். அப்போது ஓரிடத்தில் இராவணனால் இறகுகள் துண்டிக்கப்பட்டு குற்றுயிரும், குலையுயிருமாக இருந்த ஜடாயுவைக் கண்ட ஸ்ரீராமர் இராவணின் கொடிய செயலைஅறிந்து வேதனையுற்றார்

பிறகு சீதையை மீட்பதற்காக இந்து மகா சமுத்திரத்தின் மீது கற்களாலான இராஜவீதி யன்றை அமைத்தார். மரம் செடி கொடிகளைக் கொண்ட பெரும் மலைச் சிகரங்கள் வானர வீரர்களால் பெயர்த்தெடுக்கப்பட்டு சமுத்திரத்தில் வீசப்பட்டன. அவை பகவானின் ஆணையினால் மிதக்க ஆரம்பித்து, பிரம்மாண்டமான பாலமாக உருவாகி, இதற்கு பெயர் தான் பகவானின் சர்வசக்தி என்று நிரூபிக்கும் வண்ணம் அமைந்-தது. .

பிறகு ஸ்ரீராமர், விபீஷணர் வழிகாட்ட, சுக்ரீவன், நீளன் மற்றும் ஹனுமான் ஆகியோரின் தலைமை யிலான வானர வீரர்களுடன் சமுத்தி-ரத் தைக் கடந்து இலங்கையைத் தாக்கினார். லக்ஷ்மணரின் உதவியுடன் பகவான் ராமச்சந்திரரின் படை இராட்சஸ வீரர்கள் அனைவரையும் கொன்றது. தன்னுடைய வீரர்கள் மடிந்ததைக் கண்ட இராட்சஸ ராஜனான இராவணன் கடுங்கோபமுற்று ஸ்ரீராமரை கூரிய அம்புகளால் தாக்கினான். பின் பகவான் ராமச்சந்திரர் தமது வில்லில் ஓரம்பைப் பொருத்தி இராவணனை நோக்கி விட்டார். அந்த அம்போ, வஜ்ராயுதம் போல் இராவணனின் இதயத்தை துளைத்ததால், அவன் தன் பத்து வாய்களிலிருந்தும் இரத்தம் கக்கிக் கொண்டு கீழே விழுந்தான்.

அதன் பிறகு இலங்கையின் பொறுப்பை வீபிஷணருக்குக் கொடுத்த பகவான் ஸ்ரீராமச்சந்திரர், தனது வனவாசகாலம் முடிவுற சீதா தேவி-யுடன், ஹனுமான், சுக்ரீவன் மற்றும் தம்பி லக்ஷ்மணன் ஆகியோரால் சூழப்பட்டவராய் அயோத்திக்குத் திரும்பினார்.
பிரம்ம தேவரைப் போன்ற மகா புருஷர்களும் மற்ற தேவர்களும் பகவானின் செயல்களை பெரு மகிழச்சியுடன் போற்றிப் புகழ்ந்தனர்.

பரமபுருஷரான பகவான் ஸ்ரீராமச்சந்திரரின் சரிதத்தினை பற்றிக் கேட்பவர்கள்
பொறாமை என்னும் நோயிலிருந்தும், கர்ம பந்தத்திலிருந்தும் விடுபட்டு முக்தியடைவர்.

— ஸ்ரீமத் பாகவதம் 9.11.23 —

ஸ்ரீராம நவமியன்று செய்ய வேண்டியது என்ன?

ஸ்ரீராமர் அவதரித்த இந்த நல்திருநாளில் அவரது உயர்வினை போற்றி புகழ்ந்து, குறிப்பாக அவரது திருநாமத்தினை உச்சரிப்பது மிகவும் அவசியமானதாகும். ஹரே கிருஷ்ண ஹரே கிருஷ்ண; கிருஷ்ண கிருஷ்ண ஹரே ஹரே; ஹரே ராம ஹரே ராம; ராம ராம ஹரே ஹரே என்ற பதினாறு வார்த்தைகளடங்கிய மஹாமந்திரத்தை ஒரு முறை உச்சரித்தால் 16 முறை 'ராம நாமம் சொன்ன பலனும், 16000 முறை 'விஷ்ணு நாமம் சொன்ன பலனும் கிடைக்கும். அதாவது ஒரு முறை 'ராம என்று உச்சரித்தால் ஆயிரம் முறை விஷ்ணு நாமங்களின் பலனைத் தரும் என்று விஷ்ணு சஹஸ்ர நாம ஸ்தோத்திரமும், அதே போல் ஒரு முறை 'கிருஷ்ணா என்று உச்சரித்தால் மூவாயிரம் விஷ்ணு நாமங்களை சொன்ன பலன் கிடைக்கும் என்று பிரஹ்மாண்ட புராணமும் கூறுவதால் ஹரே கிருஷ்ண மஹாமந்திரத்தை உச்சரிப்பது மிகவும் சிறப்பிற்குரியதாகும்.

ஸ்ரீராம நவமியன்று சூரிய அஸ்தமனம் வரை விரதம் இருப்பது நல்லதாகும். இஸ்கான்கோயில்களில் ஸ்ரீராமரின் பெருமைகள் குறித்த சிறப்புரை மற்றும் விசேஷ பூஜைகள் நடைபெறும்.

# 9

# ஸ்ரீமதி ராதாராணி அவதார திருநாள்

பகவான் ஸ்ரீகிருஷ்ணர் அவதரித்த அஷ்டமித் திருநாள் 'கோகுலாஷ்டமி என்றழைக்கப்படுவதை போல, ஸ்ரீமதி ராதாராணி அவதரித்த அஷ்டமி திருநாள் 'ஸ்ரீராதாஷ்டமி என்று அழைக்கப்படுகிறது.

பகவான் ஸ்ரீகிருஷ்ணர் இம்மண்ணுலகில் அவதரித்த பின் ஸ்ரீமதிராதா ராணியும் இம்மண்ணுலகில் அவதரிக்க விருப்பம் கொண்டார். எனவே கிருஷ்ணர் பிறந்த ஸ்தலத்திற்கு அருகே ஓடிய யமுனை நதியில் 'தங்கத் தாமரையில் ஒரு பெண் குழந்தையாக அவதரித்தார். அந்நகர மன்னர் 'விருஷபானு என்பவர் யமுனைக்கு நீராடச் சென்ற போது ஜொலிக்கும் அந்தத் தாமரையைக் கண்டு அதிசயத்தார். பிறகு அருகே சென்ற போது அத் தாமரையில் இருந்த தெய்வீகமான பெண் குழந்தையை பார்த்ததும் தன் அரண்மனைக்கு கொண்டு வந்தார். பெரியாழ்வாருக்கு, தாயார் ஆண்டாள் தேவி தெய்வப் புதல்வியாக பிறந்தது போல் இந்த மன்னருக்கும் இங்ஙனம் ஸ்ரீமதி ராதாரணி அருள்புரிந்தார்.

ஸ்ரீமதி ராதாராணி அவதரித்த திருஸ்தலமான 'ராவல் கிராமத்தில் தவழும் குழந்தையாக வீற்றிருக்கிறார். ஸ்ரீகிருஷ்ணர் அவதரித்த மதுராவிலிருந்து சுமார் 20 கி.மீ தொலைவில் உள்ளது இந்த ராவல் கிராமம்.

சாஸ்திரங்கள், உயர்ந்த ஆச்சார்யர்களின் கூற்றுகளில் இருந்து ஸ்ரீமதி ராதாராணி பற்றி

ஸ்ரீல பிரபுபாதா வழங்கிய முக்கியமான குறிப்புகள்

ஸ்ரீமதி ராதாரணி, தூய பக்தையும், பகவான் ஸ்ரீகிருஷ்ணரின் நித்யமான அன்பிற்குரியவரும் ஆவார். ஸ்ரீமதி ராதாராணி அதிர்ஷ்ட தேவதைகள் அனைவருக்கும் தலைமையானவர்.

எங்கு ஸ்ரீமதி ராதா ராணி இருக்கிறாரோ, அங்கு எதற்கும் பஞ்சம் என்பதே கிடையாது

ஸ்ரீகிருஷ்ணரை ஸ்ரீமதி ராதாராணியுடன் சேர்த்து வழிபடுபவர்கள் விரைவில் கிருஷ்ண பக்தியில் முன்னேற்றம் அடைவதுடன் அனைத்து வளங்களையும் பெறுவர்.

சாஸ்திரங்கள் ஸ்ரீமதி ராதாராணி பகவான் ஸ்ரீகிருஷ்ணரின் உட்சக்தி ஆவார் என்று குறிப்பிடுகிறது.

ஸ்ரீமதி ராதாராணி ஸ்ரீகிருஷ்ணரின் மிகச் சிறந்த பக்தர் ஆவார். ஏனென்றால் ஸ்ரீமதி ராதாராணி, ஸ்ரீகிருஷ்ணரிடம் அளவுகடந்த அன்பு செலுத்தினார்.

ஸ்ரீமதி ராதாராணி எப்போதும் எல்லா பக்தர்களின் நலனை விரும்புபவராக இருக்கிறார். நாம் ஸ்ரீமதி ராதாராணியிடம் பிரார்த்திக்க வேண்டும்.

நீங்கள் நேரடியாக கிருஷ்ணரிடம் செல்ல முடியாது. ஆனால் ஒரு கிருஷ்ண பக்தர் உங்களிடம் திருப்தி அடைந்தால் அவர் உங்களை கிருஷ்ணரிடம் சிபாரிசு செய்வார். தன் பக்தனின் வேண்டுகோளை கிருஷ்ணர் அவசியம் ஏற்றுக் கொள்வார். எனவே ஸ்ரீமதி ராதாராணியின் கருணையை பெற்றால் ஸ்ரீகிருஷ்ணரின் கருணையை எளிதில் பெறலாம்.

ஸ்ரீகிருஷ்ணருக்கு பக்தி தொண்டு செய்வது என்றால், ஸ்ரீமதி ராதாராணியின் அடிச்சுவடுகளை பின்பற்றுவதே ஆகும்.

விருந்தாவனத்தில் உள்ள பக்தர்கள், பக்தியின் பரிபக்குவ நிலையை அடைய தங்களை ஸ்ரீமதி ராதாராணியின் பாதுகாப்பில் வைத்துக் கொள்கிறார் கள். குறிப்பாக, பக்தி சேவை என்பது இந்த ஜடவுல கைச் சேர்ந்தது அல்ல; பக்தி சேவை என்பது நேரடி யாக ஸ்ரீமதி ராதாராணியின் கட்டுப்பாட்டில் உள்ளது.

ஸ்ரீராதாஷ்டமி அன்று செய்ய வேண்டியது:

* அன்று மதியம் வரை விரதம் இருக்க வேண்டும்.
* ஹரே கிருஷ்ண மஹாமந்திரத்தை அதிகபட்சம் உச்சரிக்க வேண்டும்.
* ஸ்ரீஸ்ரீராதா கிருஷ்ணர் திருக்கோயிலுக்குச் சென்று தரிசனம் செய்ய வேண்டும்.

ஒருவர்ஸ்ரீமதி ராதாராணியிடம் சரணடைந்தார் என்றால் நிச்சயம் அவரது வாழ்வில் உள்ள

அனைத்து பிரச்சனைகளும்மிக எளிதாக தீர்ந்து விடும்.

— ஸ்ரீமத் பாகவதம் 4.8.24 பொருளுரை

ஸ்ரீமதி ராதாராணியை வழிபடுவதற்கு எளிய வழி அவருடைய திருநாமம் அடங்கிய 'ஹரே கிருஷ்ண மஹாமந்திரத்தை உச்சரிப்பதே ஆகும். ஏனென்றால் இம்மந்திரத்தில் உள்ள 'ஹரே என்ற சொல் ஸ்ரீமதி ராதாராணியை குறிப்பதாகும்.

# 10

# பலராமர் அவதார திருநாள்

ஸ்ரீபலராம் பூர்ணிமா என்பது பகவான் ஸ்ரீபலராமர் அவதரித்த திருநாளாகும். பௌர்ணமி அன்று பலராமர் அவதரித்தால் 'பலராம் பூர்ணிமா' என்று அழைக்கப்படுகிறது.

'பல என்றால் பலசாலி என்றும், ராம என்றால் ஆனந்தமானவர் என்றும் பொருள். பலராமர் பகவான் ஸ்ரீகிருஷ்ணரின் விரிவங்கம் ஆவார். பலராமர் மிகவும் கருணை வாய்ந்தவரும், பக்தர்களின் பாதுகாவலரும் ஆவார், கிருஷ்ணரும் பலராமரும் என்றும் இணைபிரியாத-வர்கள் ஆவர். பலராமர் அனைத்து பக்தர்களுக்கும் ஆன்மீக குரு ஆவார்.

மதுரை, திருநெல்வேலி, ராமஸேஸ்வரம், ஸ்ரீரங்கம் உட்பட பல க்ஷேத்திரங்களுக்கு விஜயம் செய்து, கிருதுமாலா, தாமிரபரணி, காவேரி போன்ற புண்ணிய நதிகளில் ஸ்ரீலபலராமர் நீராடியுள்ளார் என்பதும் குறிப்படத்தக்கது.

பலராமரை வணங்கி, நம் மனதில் இருக்கும் அசுர எண்ணங்களை விலக்க பிரார்த்திப்போம்.

கர்க முனி கோபியருக்கு அளித்த

பலராமர் கவசம்

காமாத் ஸதா ரக்ஷது தேனுகாரி:<br>
க்ரோதாத் ஸதா மாம் த்விவித-பிரஹாரி<br>
லோபாத் ஸதா ரக்ஷது பல்வலாரிர்<br>
மோஹாத் ஸதா மாம் கில் மஹதாரி:

தேனுகாசுரனை வதம் செய்த தேனுகாரியே! தயவு செய்து என்னை காமத்தில் இருந்த பாதுகாக்கவும்.

ஓ த்விவிதனை அழித்தவரே! என்னை கோபத்திலிருந்து விடுவிக்கவும்.

பல்வலாசுரனை அழித்த பல்வலாரியே! பேராசையிலிருந்து என்னை பாதுகாக்கவும்.

ஓ மஹதாரியே! தயவு செய்து என்னை மயக்கத்திலிருந்து பாதுகாக்கவும்.

திருநெல்வேலி இஸ்கான் ஸ்ரீஸ்ரீகிருஷ்ண பலராம் திருக்கோயிலில் அன்று பலராமருக்கு சிறப்பு பூஜைகள் நடைபெறும். அன்று நடுப்பகல் வரை விரதம் இருப்பது சிறப்பு.

# 11
# தாமோதர தீபத்திருவிழா

ஒவ்வொரு வருடமும் "தாமோதர தீபத்திருவிழா" என்ற விழாவை இஸ்கான் உலகம் முழுவதும் கொண்டாடி வருகிறது. இவ்விழாவின் சிறப்பம்சம் என்னவெனில், பக்தர்களே நேரடியாக பகவான் ஸ்ரீகிருஷ்ணருக்கு தீப ஆரத்தி காட்டலாம் என்பதே ஆகும்.

'தாம' என்றால் கயிறு. 'உதர' என்றால் வயிறு. பகவான் ஸ்ரீகிருஷ்ணரை, அன்னை யசோதை கயிற்றால் உரலில் கட்டிய நிகழ்ச்சியை நினைவுபடுத்தும் பொருட்டு இந்தத் "தாமோதர தீபத் திருவிழா" கொண்டாடப்படுகிறது. இந்நிகழ்ச்சி நடந்த இடமும், கிருஷ்ணர் வளர்ந்த இடமுமான டெல்லிக்கு அருகில் உள்ள கோகுலத்தில் இவ்விழா ஒரு மாத காலம் அனுசரிக்கப்படுகிறது. உலகம் முழுவதுமுள்ள இஸ்கான் ஹரே கிருஷ்ணா கோயில்களிலும், கோகுலத்தில் கொண்டாப்படுவதைப் போல ஒரு மாத கால காலம் இவ்விழா அனுசரிக்கப்படுகிறது.

பகவான் ஸ்ரீகிருஷ்ணர் காலிய நாகத்தின் மீது நடனமாடியது, நரகாசுரனை வதம் செய்தது, கோவர்த்தன கிரி மலையை சுண்டு விரலால் தூக்கிக் குடையாகப் பிடித்தது உள்ளிட்ட ஸ்ரீகிருஷ்ணரின் பெரும்பாலான தெய்வீக லீலைகள் இம்மாதத்தில் தான் நடைபெற்றது என்பது குறிப்பிடத்தக்கது.

தீப ஆரத்தியின் போது கோகுலத்தில் பாடப்பெறும் பகவான் ஸ்ரீகிருஷ்ணரின் குழந்தைப் பருவ சாகசங்கள் நிறைந்த புகழ் பெற்ற பாடலான 'தாமோதரஷ்டகம்' என்ற பாடல் பாடப்படும். இப்பாடல் கேட்போரின் மனதிற்கு மிகவும் இனியதாக அமையும். அதுமட்டுல்லாது, தாமோதரரான ஸ்ரீகிருஷ்ணரை இப்பாடல் மிகவும் கவரக் கூடியது.

வேத சாஸ்திரங்கள், யார் ஒருவர் தினசரி நெய் விளக்கு தீபம் காட்டுகிறாரோ, அவரிடமிருந்து பல லட்சக்கணக்கான கல்பங்களில் செய்யப்பட்ட பாவங்கள் கூட நீங்கி விடுகின்றன" என்று குறிப்பிடுகிறது.

தாமோதர மாதம் பற்றிய சிறப்புக்கட்டுரை:
தாமோதர மாதத்தின் சிறப்பும் தீபஆரத்தியின் பலனும்"

தாமோதர மாதம் பற்றிய சிறப்புக்கட்டுரை:

# 12

# கீதை பிறந்த காரணம்

வேதஞானத்தின் மணிமகுடமாகத் திகழ்வது பகவத்கீதை. சுமார் 5500 வருடங்களுக்கு முன் மோட்ச ஏகாதசி அன்று குருஷேத்திர போர்க்களத்தில் பகவான் ஸ்ரீகிருஷ்ணர், அர்ஜுனனுக்கு பகவத்கீதையை உபதேசித்தார். தற்போது ஒவ்வொரு வருடமும் இந்த நாள் கீதை பிறந்த நாளாக, கீதை உபதேசிக்கப்பட்ட திருநாளாக உலகம் முழுவதும் கொண்டாடப் படுகிறது.

கீதை பிறந்த காரணம்

அர்ஜுனனுக்கு ஏற்பட்ட மனக்குழப்பத்தை நீக்கவே பகவத்கீதை உபதேசிக்கப்பட்டது. மேலும் அர்ஜுனன் மட்டுமல்லாது அனைவரும் இதன் மூலம் பயனடைய வேண்டும் என்றே பகவானால் இந்த அறிவுரை உலகுக்கு அர்ஜுனன் மூலமாக உணர்த்தப்பட்டது.

அனைவரும் படிக்க வேண்டிய பகவத்கீதை

கீதையை படிக்க ஜாதி,மத,இன, பேதம் என்று எதுவுமில்லை. யார் வேண்டுமானாலும் பகவத்கீதையை படிக்கலாம். குறிப்பாக நமது வாழ்வின் உண்மை அர்த்தம் என்ன? அல்லது நாம் ஏன் இவ்வளவு துன்புகிறோம்? என்று ஒருவர் மனதில் நினைக்கும் போது அவர் பகவத்கீதையை படிக்கத் தகுதியானவராகி விடுகிறார்.

கீதையின் கருத்துக்கள் முழுவதும் சென்றடையாத காரணம்

பகவத்கீதையின் கருத்துக்கள் ஒவ்வொருவரின் நடைமுறை வாழ்வுக்கும் மிகவும் அவசியமானதாகும். கீதையைப் போன்றதொரு வாழ்க்கைப் பாடம் எதுவுமில்லை. கீதையின் கருத்துக்களை உள்ளது உள்ளபடி தெரிந்து கொண்டால் நிச்சயம் அவர் வாழ்வின் உயர்ந்த பக்குவத்தை அடைவார். பெரிய பெரிய அறிஞர்கள், விஞ்ஞானிகள் உட்பட ஏன் நம் காந்தியும் கூட கீதையின் மூலமே உயர்ந்த கருத்துக்களை திரட்டியுள்ளனர் என்பது குறிப்பிடத்தக்கது. ஆனால் இதன் கருத்துக்கள் மக்களிடையே சரியாக சென்று சேராததன் காரணம், பகவத்கீதைக்கான சரியான உரை நூலை தேர்வு செய்யாததே ஆகும்.

உள்ளது உள்ளபடி கீதையை தெரிந்து கொள்ள

பகவத்கீதைக்கு பலவிதமான மொழிபெயர்ப்பு உரைகள் வெளியாகி உள்ளன. இதில் எது தெளிவானது, உண்மையானது, அதிகாரப்பூர்வமானது என்பதை உறுதிசெய்ய வேண்டும். அதாவது கீதையானது அதிகாரப் பூர்வமான சீட பரம்பரையிலிருந்து வந்ததாக இருக்க வேண்டும். ஏனெனில் பக்குவம் இல்லாதவர்களால் எழுதப்படும் கீதைக்கான உரையானது, கீதையின் உண்மை நோக்கத்தை சிதறடித்து விடும்.

பகவத்கீதை உண்மையுருவில்

1972ல் ஆங்கில மொழியில் “Bhagavad Gita As-it-is” என்று வெளியிடப்பட்ட, உலகப் புகழ்பெற்ற ‘பகவத்கீதை உண்மையுருவில்’ எனும் நூல் மிகவும் தெளிவாகவும், அதிகாரப் பூர்வமாகவும் பகவத்கீதையை உள்ளது உள்ளபடி தருகிறது. இதற்கு காரணம் இதன் உரை ஆசிரியர் தெய்வத்திரு.அ.ச.பக்தி வேதாந்த ஸ்வாமி பிரபுபாதா” பகவத்கீதை உபதேசிக்கப்பட்ட அதிகாரப் பூர்வமான குரு சீட பரம்பரையில் வந்தவர் என்பது குறிப்பிடத்தக்கது. தவிர இந்நூலில் ஸ்வாமி ஸ்ரீலபிரபுபாதா பகவான் ஸ்ரீகிருஷ்ணர் எவ்வாறு உபதேசித்தாரோ, அர்ஜுனன் எவ்வாறு புரிந்து கொண்டாரோ, அவ்வாறே உள்ளது உள்ளபடி கீதையின் பொருளை சிதைக்காமல் கொடுத்துள்ளார். தவிர 45க்கும் மேற்பட்ட வேதங்கள், உபநிஷத்துக்களிலிருந்தும் மேற்கோள் காட்டியுள்ளார். தற்சமயம் இந்த பகவத்கீதை உண்மையுருவில் நூல் 60க்கும் மேற்பட்ட மொழிகளில் மொழிபெயர்க்கப்பட்டு உலகம் முழுவதும் பிரசித்தி பெற்று விளங்குகிறது.

கடமைகளை ஆற்றிக் கொண்டே வாழ்வது

பகவத்கீதையை படிக்கும் யாரும் துறவியாக வேண்டும் என்று கிடையாது. அர்ஜுனனைப் போல கடமைகளை ஆற்றிக் கொண்டே எவ்வாறு பக்குவமான, கிருஷ்ண பக்தி மயமான வாழ்வு நடத்துவது என்பது பற்றி பகவத்கீதை உண்மையுருவில் நூலில் தெளிவாகக் கொடுக்கப்பட்டுள்ளது.

பெரிய சீர்திருத்தம்

கீதையின் கருத்துக்களை ஜாதி,மத,இன, பேதம் பாராமல் அனைத்து நாடுகளிலும் அனைத்து தரப்பினரிடமும் சென்றடையச் செய்து வருகிறது இந்த பகவத்கீதை உண்மையுருவில் எனும் நூல். இதன் மூலமாக உலகெங்கும் வேதஞானம், தத்துவம், பண்பாடு இவற்றில் பெரிய சீர்திருத்தத்தை இது உண்டாக்கி வருகிறது. பல்லாயிரக்கணக்கான, இளைஞர்களும், யுவதிகளும் இந்த மாபெரும் இலக்கியத்தை படித்து

வேதப் பண்பாட்டின் வாழ்க்கை நெறிகளால் கவரப்பட்டு அமைதியான பக்குவமான வாழ்க்கை நடத்துகின்றனர்.

அமெரிக்கப் பல்கலைக்கழகங்களில் பகவத்கீதைக்கு பல மொழிபெயர்ப்பு உரைகள் உள்ளன. அமெரிக்கா உட்பட உலகெங்கும் உள்ள பல்கலைக்கழகங்களால் இந்த பகவத்கீதை உண்மையுருவில் அங்கீகரிக்கப்பட்டுள்ளது. தவிர தமிழ், இந்தி, முதலான இந்திய மொழிகளிலும் அரேபிய சைனீஸ், டச், பிரஞ்சு, ஜெர்மனி, இத்தாலி ஜப்பானீஸ், போர்ச்சுகீஸ், ஸ்பானிஷ், ஸ்வீடன், இந்தோனேசிய, ருஷ்ய, உருது, கிரேக்கம் உட்பட 60க்கும் மேற்பட்ட உலக மொழிகளில் வெளியிடப் பட்டு கோடிக்கணக்கான மக்களின் இதயங்களை பக்குவப்படுத்தி வருகிறது பகவத்கீதை உண்மையுருவில்.

கீதா மஹாத்மியம்

கீதை மிகவும் மகிமை பொருந்தியது. யார் ஒருவர் தினசரி கீதையை உண்மை உருவில் படித்து அல்லது கேட்டு வருகிறாரோ அவர் நிச்சயம் வாழ்வின் பக்குவத்தை அடைவார் என்று வேத சாஸ்திரங்கள் கூறுகிறது. அதுமட்டுமல்லாமல் கீதையை பற்றி மற்றவர்களுக்கு கூறுவதும், தருவதும் மிகவும் மகிமை பொருந்தியது. பகவத்கீதையை மணநாள், பிறந்த நாள் போன்ற விழாக்கால பரிசாகவும், வாடிக்கையாளர் பரிசாகவும் அளிக்கலாம்.

கீதையை கற்றுத் தரும் இஸ்கான்"

பகவத்கீதையை உள்ளது உள்ளபடி வழங்குவதையே தனது வாழ்வின் உயிர் நாடியாக கொண்டுள்ளது இஸ்கான். பகவத்கீதையை படிப்பதற்காகவும், பகவத்கீதையின் விளக்கங்களை தெளிவான முறையில் அறிந்து கொள்வதற்காகவும் இஸ்கான் பலவிதமான நிகழ்ச்சிகளை நடத்துகிறது.

மாணவர்கள், குடும்பஸ்தர்கள், வணிகஸ்தர்கள், தொழிலதிபர்கள், அரசு அலுவலர்கள் என பலதுறைகளைச் சேர்ந்த தன்னார்வமிக்க தொண்டர்கள் இஸ்கான் கோயிலின் சேவகர்களாக இணைந்து, பகவத்கீதை புத்தகங்களை எல்லா கிராம, நகரங்களில் மூலை முடுக்குகளில் எல்லாம் வழங்கி வருகின்றனர்.

பகவத்கீதை பிறந்த நாள் விழா

எனவே கீதை உபதேசிக்கப்பட்ட இந்த நன்னாளில் இஸ்கான் உலகெங்கும் பல சிறப்பு நிகழ்ச்சிகளையும், குறைந்த நன்கொடையில் கீதை மற்றும் கீதை சம்பந்தமான புத்தகங்களை வழங்குகிறது. இஸ்கான் கோயிலில் பகவத்கீதை பிறந்த நாள் விழா அன்று மாலை 6 மணிக்கு நடைபெற உள்ளது. இதில் பகவத்கீதை முக்கியத்துவம் குறித்த சிறப்புரைகளும், பகவத்கீதைக்கு சிறப்பு பூஜைகளும் நடைபெறும்.

பகவத்கீதை பற்றிய விஞ்ஞானிகள் மற்றும் அறிஞர்களின் கருத்து . . .

சந்தேகங்கள் என்னை சூழும் போதும், ஏமாற்றங்கள் என் முகத்தை உற்று நோக்கும் போதும், உடனே கீதையைப் புரட்டி என்னை சாந்தப்படுத்தும் ஒரு பதத்தை காண்பதுண்டு. உடனே துன்பங்களுக்கு மத்தியிலும் புன்னகைக்கத் தொடங்குவேன். யார் ஒருவர் கீதையை தீவிரமாக சிந்திக்கிறார்களோ, அவர்கள் தினந்தோறும் புத்தம் புது மகிழ்ச்சியையும், புது அர்த்தங்களையும் பெறுவர்."

— அண்ணல் காந்தியடிகள்

பகவத்கீதையை படித்த பின், கடவுள் எவ்வாறு எல்லாவற்றையும் படைத்துள்ளார் என்பதை சிந்திக்கும் போது மற்ற விஷயங்கள் எல்லாம் அவசியம் இல்லாதது போல் தெரிகிறது.

— ஆல்பர்ட் ஐன்ஸ்டின், நோபல் பரிசு பெற்ற விஞ்ஞானி

காலையில் என்னுடைய அறிவை ஆச்சர்யப்படத் தகுந்த பகவத்கீதை தத்துவத்தில் குளிக்கச் செய்கிறேன். கீதையின் தத்துவத்துடன் ஒப்பிடும் போது, நவீன உலகமும் அதன் இலக்கியங்களும், மிகச் சிறியதாகவும், முக்கியத்துவம் இல்லாததாகவும் ஆகி விடுகிறது.

— ஹென்றி டேவிட் தோரோ, புலமைமிக்க தத்துவமேதை, அமெரிக்கா.

பெருமை வாய்ந்த பகவத்கீதைக்கு நான் கடமைப் பட்டிருக்கிறேன். புத்தகங்களின் முதன்மையானது பகவத்கீதை. இதில் வீணானதோ, அற்பமானதோ எதுவும் இல்லை. தான் தோன்றிய காலம் முதல் மாறுபட்ட சூழல் கொண்ட இன்றைய சூழ்நிலையிலும் எழக்கூடிய கேள்விகளுக்கு விடையளிப்பதாக விளங்குகிறது பகவத்கீதை.

— ரால்ப் வால்டோ எமர்சன், புகழ்பெற்ற அமெரிக்க எழுத்தாளர், பேராசிரியர்

பகவத்கீதை உண்மையுருவில் பற்றி . . .

பகவத்கீதை உண்மையுருவில், ஆழமாய் உணரப்பட்டு அழகாக விவரிக்கப்பட்டுள்ள ஓர் படைப்பு. தைரியமான விளக்க உரைகளையா அல்லது வளமான எண்ணங்களையா — எதைப் புகழ்வது என்று தெரியவில்லை எனக்கு. இதுவரை வேறு எந்த கீதை உரைகளிலும் இது போன்றதொரு இவ்வளவு முக்கியமான கருத்தையும், நடையையும் பார்த்ததில்லை. நாகரீக மனிதனின் அறிவுப்பூர்மான மற்றும் அறநெறி வாழ்க்கையில் இது ஒரு முக்கியமான இடத்தை நெடுங்காலத்திற்கு தக்க வைக்கும்.

— டாக்டர். எஸ். சுக்லா, போராசிரியர், ஜியர்ஜ் டவுண் பல்கலைகழகம், வாஷிங்டன், அமெரிக்கா.

# 13
# ஏகாதசி விரதம்

**ஏகாதசி**

ஏகாதசி, பகவான் ஸ்ரீ கிருஷ்ணருக்கு பிரியமான நாளாகும். ஏகாதசி அன்று விரதம் இருப்பதன் மூலம் நாமும், நமது குடும்பத்தினரும் பகவான் ஸ்ரீகிருஷ்ணரின் திருவருளை பெறலாம்.

மருத்துவரீதியாக, மாதம் இருமுறை வரும் ஏகாதசி விரதத்தை கடைபிடிப்பது நல்ல உடல் ஆரோக்கியத்திற்கும், மன நலத்திற்கும் உதவும்.

ஏகாதசி விரதம் இருப்பதை எல்லா சாஸ்திரங்களும் வலியுறுத்துகின்றன. ஏகாதசி விரதம் இருப்பதால் மற்றெல்லா விரதங்களின் பலனையும் அடையலாம். ஆனால் மற்றெல்லா விரதங்களை கடைபிடித்தாலும் ஏகாதசி விரதத்தின் பலனை அடைய இயலாது. மேலும் ஏகாதசி விரதத்தினை கடைபிடிக்காமல் தானிய உணவினை உண்பது, பாவங்கள் செய்த கர்மத்தை உண்டாக்கும். எனவே தான் ஏகாதசி அன்று குறிப்பாக தானிய உணவு வகைகள் தவிர்க்கப்படுகின்றன.

**ஏகாதசி என்றால் என்ன?**

சமஸ்கிருதத்தில் ஏகாதசி என்பது தமிழில் பதினொன்று என்று பொருள். இங்கு ஏகாதசி என்பது அமாவாசை யிலிருந்து 11வது நாளையும், பௌர்ணமியிலிருந்து 11வது நாளையும் குறிக்கும். இந்த இரண்டு நாள்களிலும் ஏகாதசி விரதத்தை கடைபிடிக்க வேண்டும்.

**ஏகாதசி விரதம் இருப்பது எவ்வாறு?**

ஏகாதசி விரதத்தின் மிக முக்கியமான அங்கம் தானியங்களால் ஆன உணவை எவ்வகையிலும் உண்ணாமல் இருப்பதேயாகும்.

குறிப்பாக அரிசி, சாதம் மட்டுமல்லாமல் இட்லி, தோசை, சப்பாத்தி, உப்புமா போன்ற தானிய வகை களால் செய்யப்பட்ட பலகாரங்களை உண்பதும் ஏகாதசி விரதத்தை முறிக்கும்.

நவ தானியங்களால் செய்யப்பட்ட உணவு களும், பருப்பு வகைகளும், பயறு வகைகளும் (கடுகு உளுந்தம் பருப்பு தாளித்துக் கொட்டுதல் உட்பட) ஏகாதசி அன்று முற்றிலும் விலக்கப்பட வேண்டும்.

காய்கறிகளில் மொச்சை, பீன்ஸ், அவரை போன்ற பயறு வகைகளைச் சேர்ந்த காய்களும் விலக்கப்பட வேண்டும்.

சமையல் எண்ணெய் வகையில் சுத்தமான பசு நெய், தேங்காய் எண்ணெய், கடலை எண்ணெய் தவிர மற்றெல்லா எண்ணெய் வகைகளும் விலக்கப்பட வேண்டும். இத்தனை கவனம் தேவைப்படுவதால் முதல் தர பக்தர்கள் தண்ணீர் கூட அருந்தாமல் (நிர்ஜல ஏகாதசி) ஏகாதசி விரதம் கடைபிடிப்பார்கள். அது முடியாதவர்கள் துளசி தீர்த்தம் மட்டும் உட்கொண்டு விரதம் இருப்பர். அதுவும் முடியாதவர்கள் பசும்பால், தயிர், பழங்கள் மட்டும் உட்கொண்டு விரதம் இருப்பர். அதுவும் முடியாதவர்கள் சமைத்த காய்கறிகளைச் சேர்த்துக் கொள்வர்.

**ஏகாதசி விரதம் ஆரம்பிப்பதும், முடிப்பதும் எவ்வாறு?**

ஏகாதசிக்கு முந்தைய நாளான தசமி அன்று கடைசி உணவை சூரிய அஸ்தமனத்திற்குள் உட்கொண்டு விரதம் ஆரம்பிக்கலாம் ஏகாத- சிக்கு முந்தைய நாளான தசமி அன்று கடைசி உணவை சூரிய அஸ்தமனத்திற்குள் உட்கொண்டு விரதம் ஆரம்பிக்கலாம்

அதே போல் ஏகாதசிக்கு மறுநாளான துவாதசி அன்று வைஷ்ணவ நாட்காட்டிகளில் காட்டியபடி குறிப்பிட்ட நேரத்தில் ஏகாதசி விரதத்தை முடிக்க வேண்டும். விரதத்தை முடிப்பது என்பது நீர் கூட அருந்தாதவர்கள் துளசி தீர்த்தம் உட்கொண்டும், மற்றவர்கள் பகவான் ஸ்ரீகிருஷ்- ணருக்கு நைவேத்தியமாக செய்யப்பட்ட தானிய உணவை உட்கொள்வதுமாகும்.

ஏகாதசி விரதத்தைக் கடைபிடிப்பது எந்த அளவு முக்கியமோ அதே அளவு முக்கியம் அடுத்த நாள் துவாதசி அன்று குறிப்பிட்ட நேரத்- தில் விரதத்தை முடிப்பதாகும்.

ஒவ்வொரு மாதமும் வரும் ஏகாதசி நாள் மற்றும் விரதம் முடிக்க வேண்டிய நேரம் குறித்த காலண்டர் இஸ்கான் கோயில்களில் கிடைக்- கும்.

**ஏகாதசி அன்று செய்ய வேண்டியதும், செய்யக் கூடாததும் என்ன?**

ஏகாதசி முழுவதும் பகவானின் நாமம் சொல்வது, அதிலும் குறிப்பாக கலியுக தாரக மந்திரமான ஹரே கிருஷ்ண ஹரே கிருஷ்ண; கிருஷ்ண கிருஷ்ண ஹரே ஹரே; ஹரே ராம ஹரே ராம; ராம ராம ஹரே ஹரே" எனும் மஹாமந்திரத்தைத் தொடர்ந்து உச்சரிப்பது மிகவும்

சிறந்தது. ஏகாதசி அன்று அவசியம் கோயிலுக்குச் சென்று ஸ்ரீகிருஷ்ணரை தரிசிக்க வேண்டும். ஸ்ரீமத்பாகவதம், பகவத் கீதை நூல்களை படிப்பதும், கேட்பதும் மிகவும் நல்லது.

ஏகாதசி அன்று சினிமா செல்வதோ, பரமபதம் ஆடுவதோ, வீண் பேச்சுக்களில் காலத்தை விரயம் செய்வதோ அல்லது வீணாகப்படுத்துத் தூங்குவதோ விரதத்திற்கு சற்றும் உதவாது. தவிர, திருமணம் போன்ற உலக காரியங்களை ஏகாதசி அன்று தவிர்ப்பது நல்லது.

பாவங்களை நீக்கும்

முறைப்படி இருக்கும் ஏகாதசி விரதம் ஒருவரை பாவங்களிலிருந்து விடுவிப்பதுடன் விரதம் இருப்பவர்களின் மூதாதையர்களையும் நற்கதி அடையச் செய்யும்.

ஏகாதசியும், கீதையும்

ஏகாதசி அன்று பகவத்கீதையை பாராயணம் செய்வது, கீதை உரையை கேட்பது இவை மிகவும் சிறந்தது. தவிர பகவான் ஸ்ரீகிருஷ்ணருக்கு நெய் தீப ஆரத்தி காட்டுவதும், ஹரே கிருஷ்ண மஹாமந்திர ஜபம் செய்வதும் நல்லது.

ஏகாதசி விரதம் அன்று சாப்பிடக் கூடிய உணவுகள்:

கொய்யாப் பழம், மாதுளம் பழம், ஆப்பிள் பழம், சாத்துக்குடி, ஆரஞ்சு, பப்பாளிப் பழம், வெள்ளரிப் பழம், வெள்ளரி பிஞ்சு, வெள்ளரிக்காய், நவாப் பழம்.

அவித்த கடலை, மரவல்லி கிழங்கு, சர்க்கரைவல்லி கிழங்கு, உருளைக் கிழங்கு, சிறுகிழங்கு, பனங்கிழங்கு (இவற்றில் ஏதேனும் ஒன்று அல்லது இரண்டு)

கேரட், முட்டைக்கோஸ், வெண்டைக்காய், கத்தரிக்காய், தடியங்காய், பூசணிக்காய், நாட்டு சுரக்காய், பீக்கங்காய் போன்ற காய்கறிகளை பயன்படுத்தி பொறியல், கூட்டு, சூப் தயார் செய்யலாம்.

இளநீர், தேங்காய், பசும் பால், பசுந்தயிர், மோர் எடுத்துக் கொள்ளலாம்.

சர்க்கரை நோய் உள்ளவர்கள் தவிர்க்க வேண்டிய பழங்கள்:

மாம்பழம், பலாப்பழம், வாழைப்பழம், சப்போட்டா பழம் இவற்றை சர்க்கரை நோய் உள்ளவர்கள் தவிர்ப்பது நல்லது.

குறிப்பு:

மேற்கூறிய பொருட்களை ஏகாதசி அன்று அனைவரும் உட்கொள்ளலாம்.

மேற்கூறிய பொருட்களை வீட்டிலேயே சமைத்து நைவேத்யம் செய்து பிரசாதமாக உண்ணவும். கடையில் விற்கப்படும் சமைத்த, வறுத்த, அவித்த உணவுகளை உண்ணாதீர்கள்.

ஏகாதசி அன்று தேங்காய் எண்ணெய் மற்றும் கடலை எண்ணெய் மட்டும் பயன்படுத்தவும்.

# 14

# விசேஷ தீபத் திருவிழா

தீபாவளி — தீபம் என்றால் தீபத்தையும், வளி அல்லது பளி என்றால் 'நிறைய' (மிக அதிகமான) என்றும் பொருள் படும். அதாவது அதிகமான தீபங்களை ஏற்றி மகிழ்ச்சியை தெரிவிக்கும் நாளே தீபாவளி.

அதாவது, தீபாவளி அன்று சூரிய உதயத்திற்கு முன் அதிகாலையில், மகா லெக்ஷ்மி -எண்ணெய்யிலும், கங்கா தேவி — நீரிலும் வீற்றிருக்கின்றனர். எனவே ஒருவர் அனைத்து நல்வளங்களையும் பெற எண்ணெய் குளியல் செய்து, சுடுதண்ணீரால் நீராடி, புதிய ஆடைகளை அணிந்து பகவானை பிரார்த்திக்க வேண்டும். தவிர இல்லங்களில் தீபங்களை ஏற்றுவதும், கோயில்களில் சென்று தீப ஆரத்தி செய்வதும் மிகவும் சிறப்புக்குரியதாகும். குறிப்பாக நல்ல பதார்த்தங்களை செய்து பகவானுக்கு நைவேத்தியம் செய்து தாங்களும் பிரசாதமாக ஏற்றுக் கொள்ள வேண்டும்.

''தீபாவளி வந்த விதம்''

ஒருசமயம் அசுரனான ராவணனை அழித்து விட்டு, பகவான் ராமச்சந்திரர் சீதா தேவி மற்றும் லக்ஷ்மணருடன் நாடு திரும்பினார். பதினான்கு வருட வனவாஸத்திற்கு பின் ஸ்ரீராமர் நாடு திரும்பியதாலும், ராஜ்யத்தை ஏற்றதாலும் பெரு மகிழ்ச்சி அடைந்த மக்கள் தங்கள் இல்லங்களிலும், வீதிகளிலும் எண்ணற்ற தீபங்களை ஏற்றியும், அவரது திருநாமங்களை உச்சரித்தும் பகவான் ஸ்ரீகிருஷ்ணரின் அவதாரமான ஸ்ரீராமரை வழிபட்டனர். அன்று முதல் இந்நன்னாள் ''தீபாவளித் திருநாளாக'' கொண்டாடப்பட்டு வருகிறது.

''தீபாவளி பரவிய விதமும், சிறப்புக்குரியதாகிய விதமும்''

இதே போல் ஒருமுறை தீபாவளிக்கு முந்தைய தினம், பகவான் ஸ்ரீகிருஷ்ணர், மக்களுக்கு நிறைய தொல்லைகளை கொடுத்து வந்த நரகாசுரன் என்றழைக்கப்படும் பௌமாசுரனை தனது சுதர்சன சக்கரத்தால் வதம் செய்தார். இச் செய்தி புவியெங்கும் பரவவே ஏற்கனவே தீபாவளி ஏற்பாட்டில் ஆர்வமுடன் இருந்த மக்கள், வெகு சிறப்பாக அந்த தீபாவளியை, வழக்கத்திற்கும் அதிகமாக எண்ணற்ற தீபங்களை ஏற்றி பகவானை வழிபட்டு மகிழ்ச்சியுற்றனர். இவ்வாறாக அன்றைய தினம் முதல் தீபாவளி திருநாள் மேலும் சிறப்பாக உலகம் முழுவதும் கொண்டாடப்பட காரணமாகியது.

''ஐந்து விழா நாட்கள் கொண்டது தீபாவளி'' பொதுவாக தீபாவளி ஐந்து நாட்கள் சிறப்பு வாய்ந்ததாகும். தீபாவளிக்கு முன் இரண்டு நாட்கள் — ஆரம்ப நாள் மற்றும் நரக சதுர்தசி தீபாவளி ஆகும். பின் இரண்டு நாட்கள் — கோவர்த்தன பூஜை மற்றும் ரக்ஷா பந்தன் எனப்படும் தீப திருநாட்களாகும். மூன்றாம் நாள் — ( நவம்பர் 6) லெக்ஷ்மி பூஜையும், ராமர் அயோத்தி திரும்பிய தீபாவளி திருநாளாகும். மேலும் லெக்ஷ்மி தேவியும், கங்கா தேவியும் அன்றைய தினம் தான் விசேஷமாக எண்ணெய்யிலும், நீரிலும் வீற்றிருக்கின்றனர். இவ்வாறாக தீபாவளி திருநாள் முன் இரண்டு, பின் இரண்டு விழா நாட்கள் உடையதாக நடுவே அமைந்துள்ளது. ஆக, தீபாவளி ஐந்து நாட்கள் சிறப்புடையதாகும்.

தீபாவளி அன்று செய்ய வேண்டியது என்ன?

1. தீபாவளி அன்று அதிகாலையில் எழுந்து நீராட வேண்டும்.

2. பகவான் ஸ்ரீகிருஷ்ணர் மற்றும் ஸ்ரீராமரை வழிபட வேண்டும். முக்கியமாக கிருஷ்ணர் கோயிலுக்கு சென்று ''நெய் தீப ஆரத்தி'' காட்ட வேண்டும்.

3. ''ஹரே கிருஷ்ண ஹரே கிருஷ்ண; கிருஷ்ண கிருஷ்ண ஹரே ஹரே; ஹரே ராம ஹரே ராம; ராம ராம ஹரே ஹரே'' என்ற பதினாறு வார்த்தைகளடங்கிய மந்திரத்தை குறைந்தபட்சம் 108 முறையாவது சொல்ல வேண்டும்.

4. இல்லங்களில் தீபங்களை ஏற்றி வழிபட வேண்டும்.

5. உணவு வகைகளில் அசைவத்தை அவசியம் தவிர்க்க வேண்டும். குறிப்பாக இறைவனுக்கு உகந்த நன்னாளில் அசைவம் பயன்படுத்துவது பகவானை அவமதிப்பது போன்றதாகும். மேலும் எதிர்மறை விளைவுகளும் ஏற்படும். எனவே அசைவ உணவுகளை அவசியம் தவிர்க்க வேண்டும்.

5. மிக முக்கியமாக குடும்பத்துடன் கிருஷ்ணர் கோயிலுக்கு சென்று பகவானை வேண்டி, ''நெய் தீப ஆரத்தி'' காட்ட வேண்டும்.

இவ்வாறு செய்வதால் குடும்பம் முழுவதும் பகவானின் கருணையை பெறலாம் என்று வேத சாஸ்திரங்கள் எடுத்துரைக்கின்றது.

விசேஷ தீபத் திருவிழா

தீபாவளியை முன்னிட்டு 5 நாட்களும் இஸ்கான் ஹரே கிருஷ்ணா கோயிலில் விசேஷ தீபத் திருவிழா நடைபெறுகிறது. கோயில் சன்னதி முழுவதும் நெய் தீபங்களால் அலங்கரிக்கப்பட்டு சிறப்ப பூஜைகள் நடைபெறும். மாலை 6.30 மணியளவில் நடைபெறும் இவ்விழாவில் பங்-கேற்கும் ஒவ்வொருவரும் தங்கள் கரங்களால் தாங்களே நேரடியாக சுவாமிக்கு, நெய் தீப ஆரத்தி காட்டலாம். ஜாதி, மத, இன, பேதமின்றி அனைத்து தரப்பினரும் பங்கேற்று பயன்பெறலாம்.

www.ingramcontent.com/pod-product-compliance
Lightning Source LLC
LaVergne TN
LVHW081547060526
838200LV00048B/2248
* 9 7 8 1 6 8 5 6 3 0 5 0 8 *